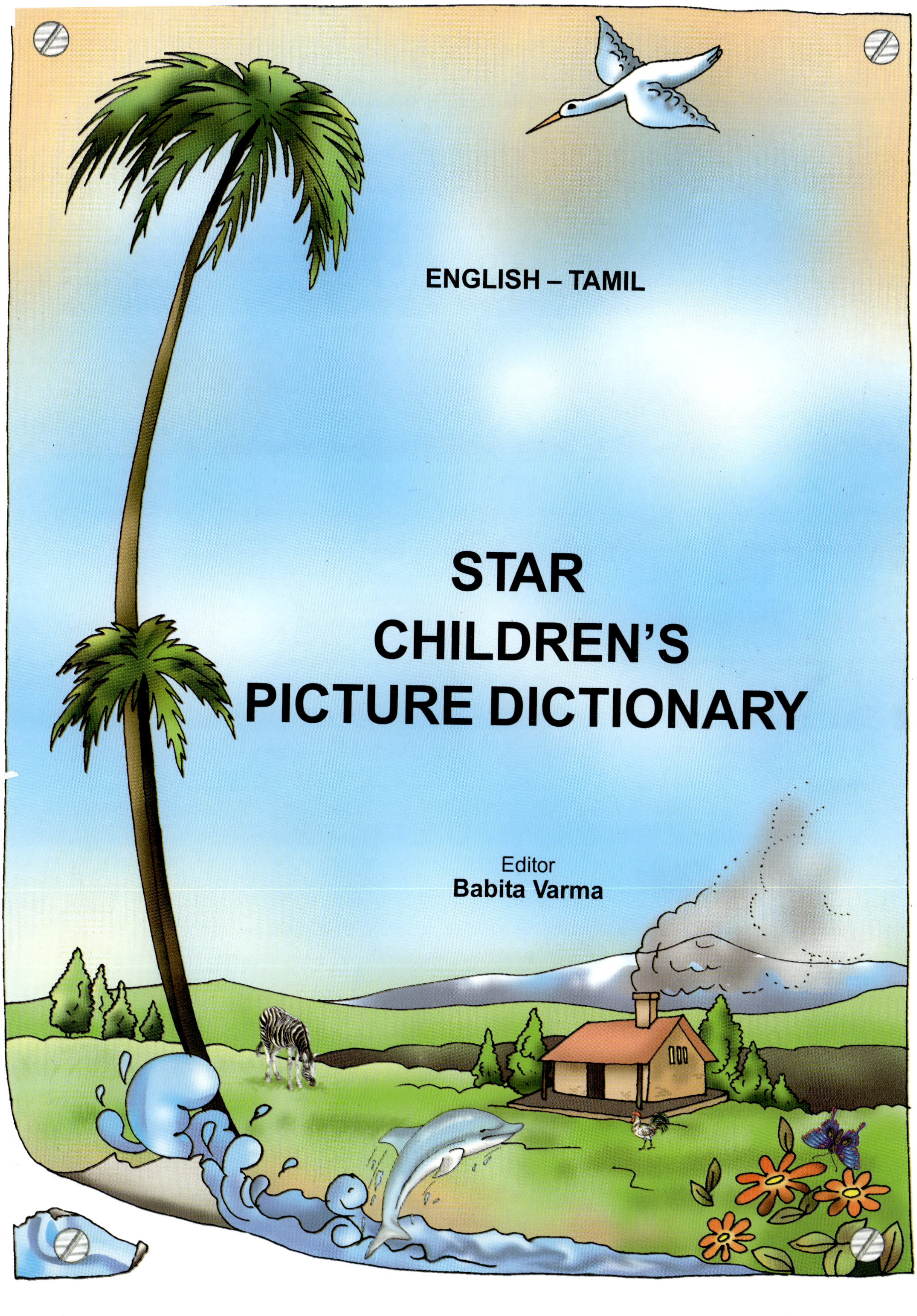

ENGLISH – TAMIL

STAR CHILDREN'S PICTURE DICTIONARY

Editor
Babita Varma

STAR CHILDREN'S PICTURE DICTIONARY

Varma, Babita (Editor)

Published by :

STAR PUBLICATIONS PVT. LTD.
4/5, Asaf Ali Road, New Delhi-110 002 (INDIA)

This Edition : 2012

ISBN 978 81 7650 174 3

THIS DICTIONARY
has been published in Arabic, Bengali, Chinese, Croation, Danish, Farsi, Gujarati, Hindi, Vietnamese, Malayalam, Norwegian, Punjabi, Portuguese, Somali, Spanish, Turkish and Urdu. Other languages are in press.

To

Children of all ages;
whatever language
they speak.

FROM THE PUBLISHERS

This unique colourful dictionary was first published in 1993, and was brought out in sololingual, bilingual and trilingual editions. Within a span of three years we could publish it in about 32 major languages of the world, and the Dictionary was acclaimed as one of the best pictorial dictionaries to teach various languages-not only to young children but also to those foreigners who wish to learn another language. It was acknowledged as a source to build wordpower and stimulate learning, specially among children.

However, on the basis of various suggestions received since its publication, the Editor decided to revise the whole dictionary by adding many new words and illustrations, as also changing the style. We are now pleased to present this dictionary with a new format. This dictionary now consists of over 1,000 words and colourful illustrations, which have been catagorised in 12 popular subjects. In case of bilingual editions, each word has been translated into the other language, and transliterated where necessary.

We are confident that readers will find this dictionary as a very useful presentation which will encourage browsing, and make learning fun for the young and old alike. Since this dictionary has been published in several languages of the world, it will be found as a timely contribution to multilingualism and multiculturalism.

INDEX

Tamil Alphabets

அ	ஆ	இ	ஈ	உ	ஊ
a	ā	i	ī	u	ū
எ	ஏ	ஐ	ஒ	ஓ	ஔ
e	ē	ai	o	ō	au
க	ங	ச	ஞ	ட	ண
ka	ṅa	ca	n̄a	ṭa	ṇa
த	ந	ப	ம	ய	ர
ta	na	pa	ma	ya	ra
ல	வ	ழ	ள	ற	ன
la	va	ẓa	ḷa	ṛa	n̲a
ஜ	ஸ	ஷ	ஹ	க்ஷ	ஸ்ரீ
ja	ṣa	śa	ha	kśa	sri

English Alphabets

	Aa	Bb	Cc	Dd	
	Ee	Ff	Gg	Hh	
	Ii	Jj	Kk	Ll	
	Mm	Nn	Oo	Pp	
	Qq	Rr	Ss	Tt	
	Uu	Vv	Ww	Xx	
		Yy	Zz		

Numbers

0  **zero**-பூஜ்யம் *(boojyam)*

1  **one**-ஒன்று *(onru)*

2  **two**-இரண்டு *(irandu)*

3 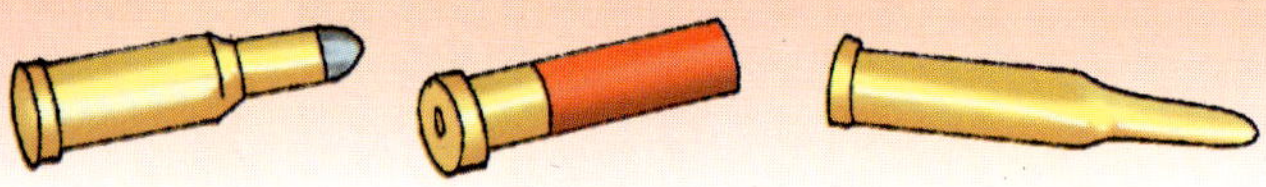 **three**-மூன்று *(moondru)*

4  **four**-நான்கு *(naangu)*

5  **five**-ஐந்து *(aindhu)*

6  **six**-ஆறு *(aaru)*

7  **seven**-ஏழு *(yaelu)*

8  **eight**-எட்டு *(yettu)*

9  **nine**-ஒன்பது *(vonbathu)*

10  **ten**-பத்து *(pathu)*

ANIMALS, BIRDS AND OTHER LIVING CREATURES

விலங்குகள், பறவைகள், இதர உயிரினங்கள்

Vilangukal, Paravaikal, Idhara Uyirinangal

ant
எறும்பு
erumbu

ape
வாலில்லாக் குரங்கு
vaalilla kurangu

bat
வெளவால்
vavvaal

bear
கரடி
karadi

beetle
வண்டு
vandu

bee
தேனீ
thaeni

bird
பறவை
paravai

bison
காட்டெருமை
kaatterumai

buffalo
எருமை
yerumai

bull
எருது
erudhu

bustard
பஸ்டர்ட்கொக்கு
bastard kokku

butterfly
வண்ணத்துப்பூச்சி
vannathuppoochi

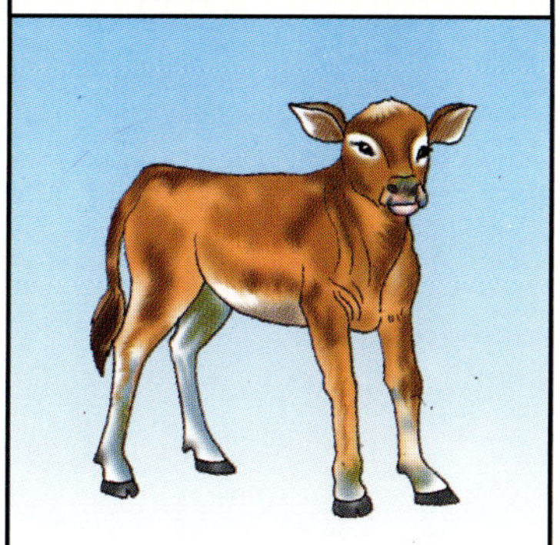

calf
கன்று
kanru

camel
ஒட்டகம்
ottaham

cat
பூனை
poonai

caterpillar
கம்பளிப்புழு
kambalippulu

centipede
பூரான்
pooraan

cheetah
சிறுத்தை
siruthai

chickens
குஞ்சுகள்
kunjukal

chimpanzee
மனிதக்குரங்கு
manithak kurangu

cobra
நாகபாம்பு
naahapaambu

cock
சேவல்
saeval

cockroach
கரப்பான் பூச்சி
karappaan poochi

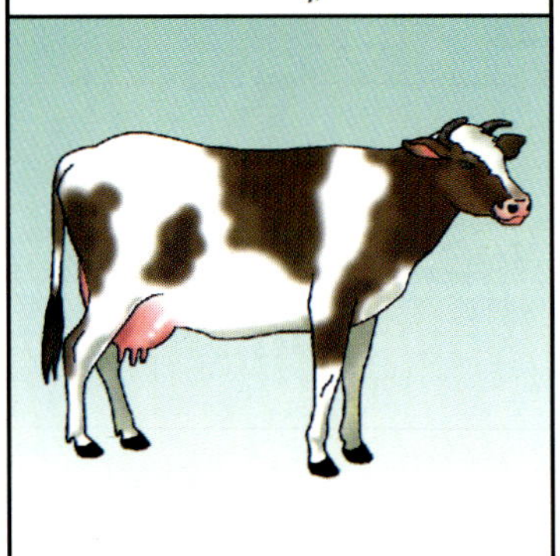

cow
பசு
pasu

crab
நண்டு
nandu

crocodile
முதலை
mudhalai

crow
காகம்
kaaham

cuckoo
குயில்
kuyil

deer
மான்
maan

dinosaur
டைனோசர்
dainosar

dog
நாய்
naai

dolphin
டால்ஃபின்
daalfin

donkey
கழுதை
kaludhai

duck
வாத்து
vaathu

eagle
கழுகு
kalugu

eel
விலாங்குமீன்
vilaangu meen

earthworm
மண்புழு
mann pulu

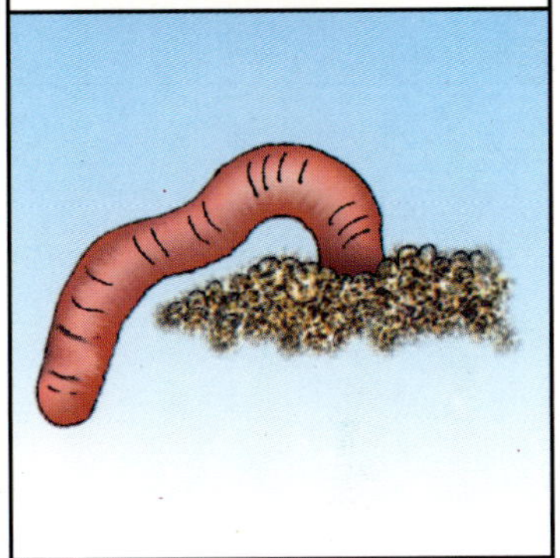

elephant
யானை
yaanai

fish
மீன்
meen

flamingos
செந்நாரைகள்
sennaaraikal

fly
ஈ
ee

fox
நரி
nari

frog
தவளை
thavalai

giraffe
ஒட்டகச்சிவிங்கி
ottahasivingi

goat
வெள்ளாடு
vellaadu

goose
பெண்வாத்து
penn vathu

grasshopper
வெட்டுக்கிளி
vettukkili

hare
முயல்
muyal

hen
கோழி
koali

heron
கொக்கு
kokku

hippopotamus
நீர்யானை
neer yanai

honey bee
தேனீ
thaenee

horse
குதிரை
kudhirai

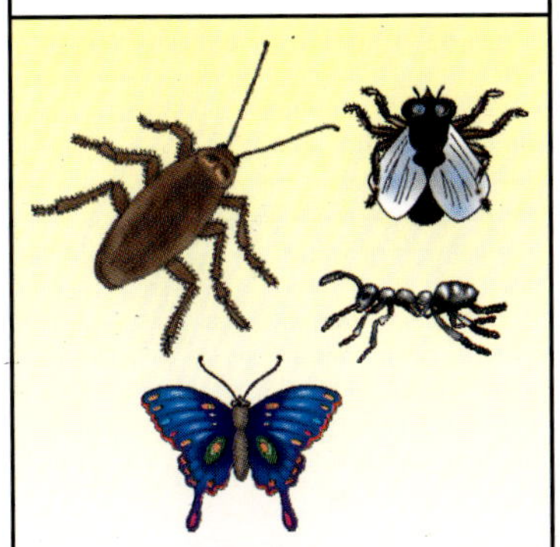

insects
பூச்சிகள்
poochihal

jackal
குள்ளநரி
kulla nari

kangaroo
கங்காரு
kangaaru

kiwi
கிவி
kivi

ladybird
செவ்வண்டு
sevvandu

leopard
சிறுத்தைப்புலி
siruthaippuli

lion
சிங்கம்
singam

lizard
பல்லி
palli

lobster
கடல்நண்டு
kadal nandu

louse
பேன்
paen

magpie
நீளவால் குருவி
neela vaal kuruvi

monkey
குரங்கு
kurangu

mosquito
கொசு
kosu

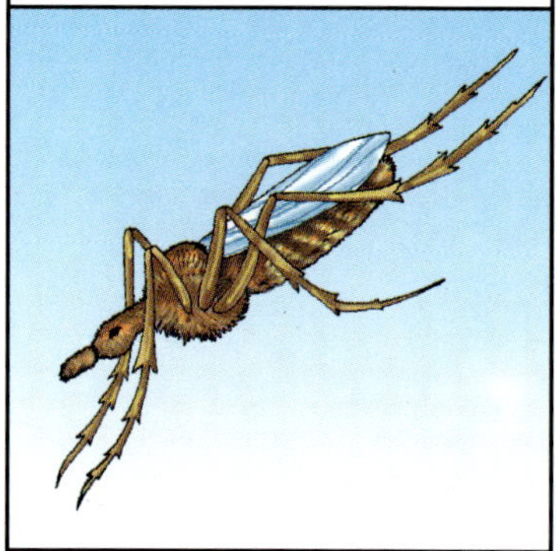

moth
விட்டில்
vittil

mouse
சுண்டெலி
sundeli

mule
கோவேறுகழுதை
koavaeru kaluthai

myna
மைனா
mainaa

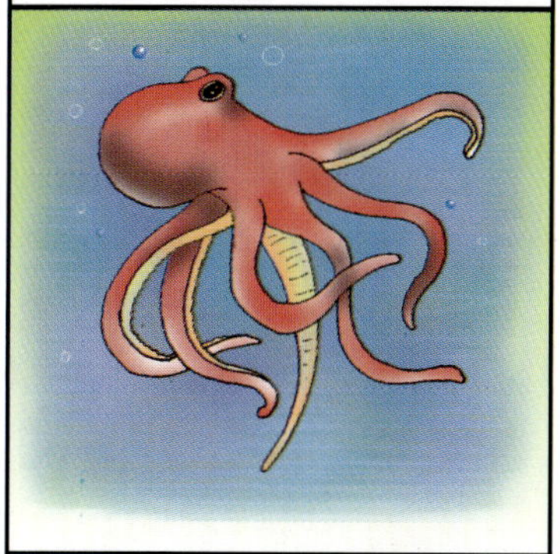

octopus
எண்காலி
enn kaali

ostrich
தீக்கோழி
theekkoali

otter
நீர் நாய்
neer naai

owl
ஆந்தை
aandhai

ox
மாடு
maadu

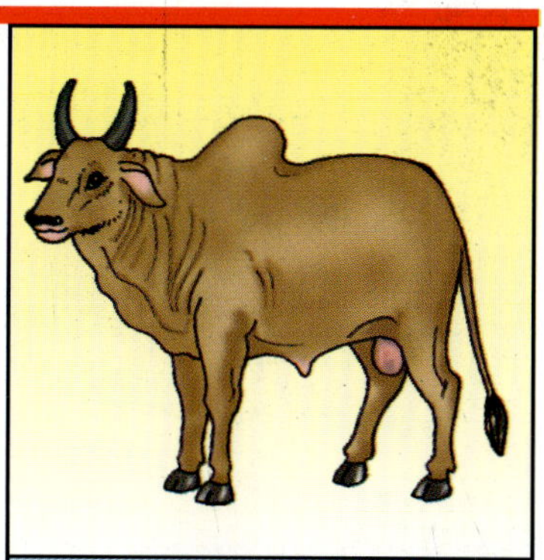

platypus
நீளஅலகு
வாத்து
neela alahu vaathu

panda
கரடிப்பூனை
karadippoonai

panther
கருஞ்சிறுத்தை
karunchiruthai

parrot
கிளி
kili

peacock
மயில்
mayil

pelican
நீர்க்கோழி
neerkkoali

penguin
பென்குவின்
penguvin

puppy
நாய்க்குட்டி
naaikkutti

pigeon
புறா
puraa

polar bear
பனிக்கரடி
paṇikkaradi

porcupine
முள்ளம்பன்றி
mullampanri

prawn
இறால் மீன்
iraal meen

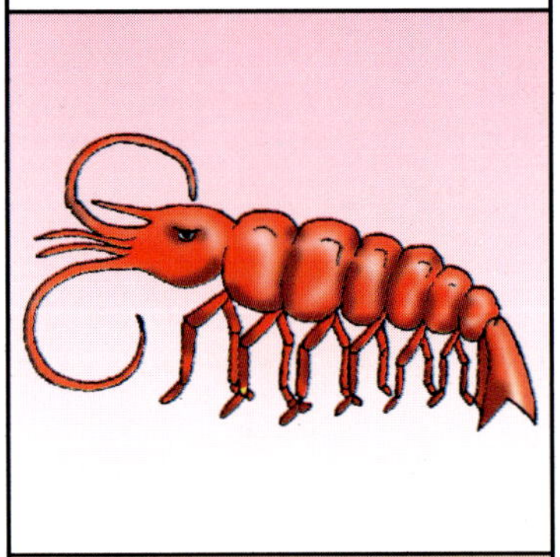

quail
கவுதாரி
kowthaari

rabbit
முயல்
muyal

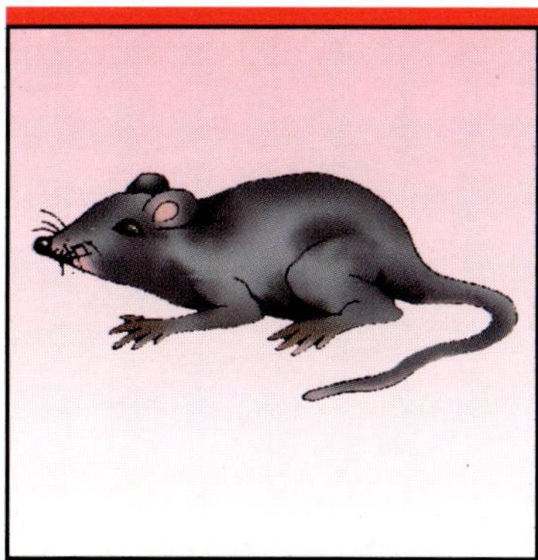

rat
எலி
eli

rhinoceros
காண்டாமிருகம்
gaandaamiruham

scorpion
தேள்
thael

seal
கடல் நாய்
kadal naai

shark
சுறாமீன்
suraa meen

sheep
செம்மறி ஆடு
semmari aadu

snake
பாம்பு
paambu

sparrow
குருவி
kuruvi

spider
சிலந்தி
silandhi

squirrel
அணில்
anil

stork
நாரை
naarai

swan
அன்னம்
annam

tiger
புலி
puli

tortoise
ஆமை
aamai

turtle
நீராமை
neeraamai

vulture
வல்லூறு
vallooru

woodpecker
மரங்கொத்தி
maram kothi

wolf
ஓநாய்
oanai

yak
யாக் எருது
yaak erudhu

zebra
வரிக்குதிரை
varikkudhirai

FOOD, DRINKS AND OTHER THINGS TO EAT

உணவுகள், பானங்கள், இதர தின்பண்டங்கள்

Unavugal, Baanangal, Idhara Thinpandangal

almonds
வாதுமை
vaathumai

apple
ஆப்பிள்
appil

apricot
சீமை வாதுமை
seemaivaathumai

bananas
வாழைப்பழங்கள்
vaalaippalankal

beetroot
பீட்ரூட்
beetroot

biscuits
பிஸ்கட்
biskat

bread
பாண்
paan

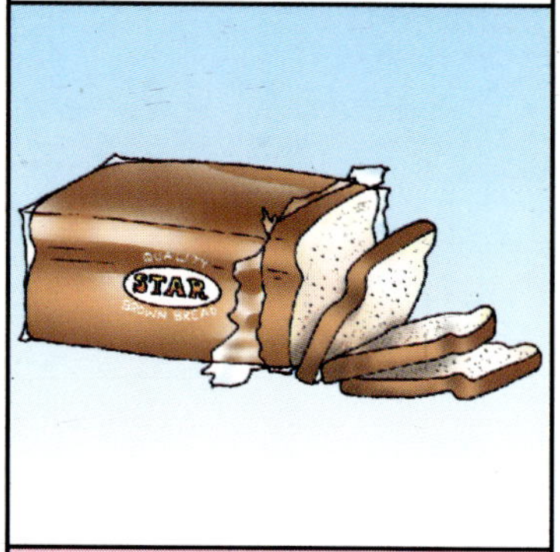

brinjal
கத்தரிக்காய்
katharikkai

butter
வெண்ணெய்
vennei

cabbage
முட்டைக்கோசு
muttaikkoasu

cake
கேக்
kaek

carrots
கேரட்
kaerat

cauli-flower
பூக்கோசு
pookkoasu

cereal
தானியம்
thaaniyam

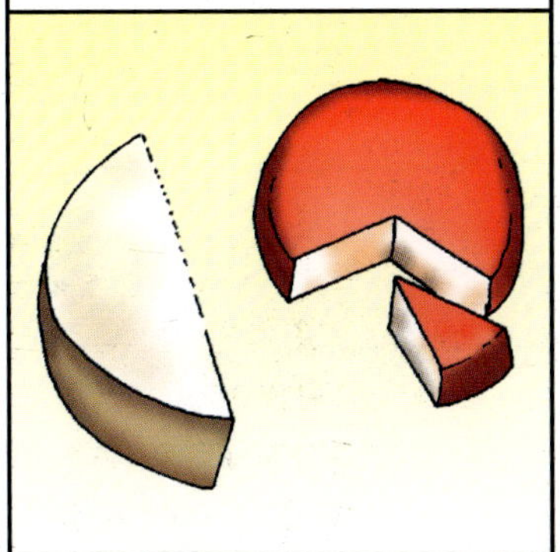

cheese
பாலாடைக்கட்டி
paalaadaikatti

cherries
செர்ரிகள்
serrikal

chilli
மிளகாய்
milakaai

chocolate
சாக்லெட்
chaaklet

coconut
தேங்காய்
thaengai

coffee
கோப்பி
koapi

cucumber
வெள்ளரிக்காய்
vellarikkai

currants
முந்திரிப்பழம்
munthirippalam

dates
ஈச்சம்பழம்
eechampalam

durians
துரியன்பழம்
durian palam

egg
முட்டை
muttai

fig
அத்திப்பழம்
athippalam

fruit
பழங்கள்
palangal

garlic
பூண்டு
poondu

ginger
இஞ்சி
inji

grapes
திராட்சை
thiraatchai

grapefruit
நாரத்தை
naarathai

guava
கொய்யாப்பழம்
koyyaappalam

honey
தேன்
thaen

ice-cream
ஐஸ்கிறீம்
ais kreem

jackfruit
பலாப்பழம்
palaappalam

jam
பழப்பாகு
palappaahu

jelly
ஜெல்லி
jelli

ladyfinger
வெண்டைக்காய்
vendaikkaai

lemon
எலுமிச்சை
elumichai

lettuce
சலாட்கோவா
salatkova

mango
மாம்பழம்
maampalam

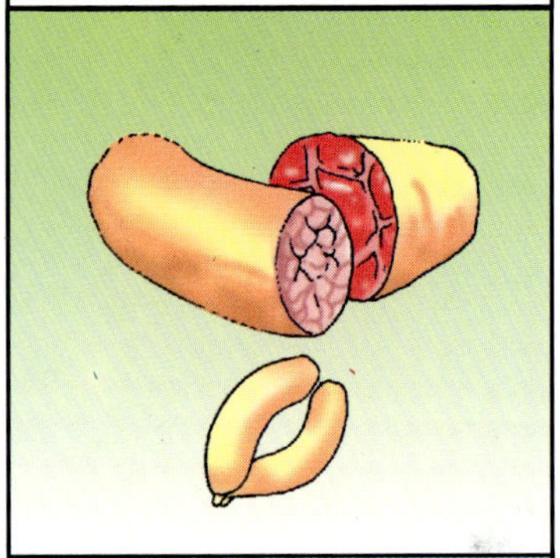

meat
இறைச்சி
iraichi

melon
முலாம்பழம்
mulaam palam

milk
பால்
paal

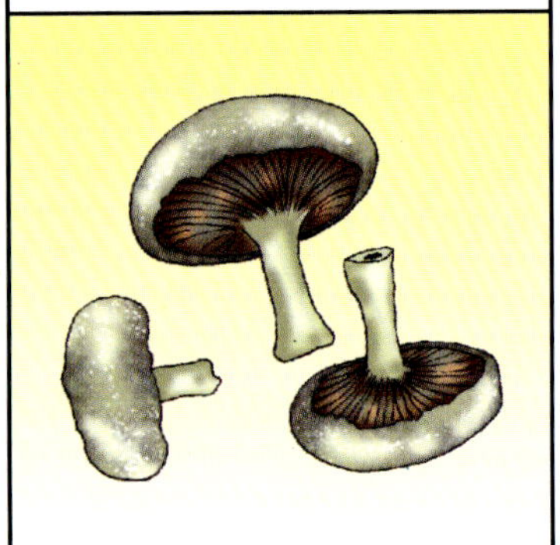

mushrooms
காளான்
kaalaan

mustard
கடுகு
kaduhu

mutton
ஆட்டிறைச்சி
aattiraichi

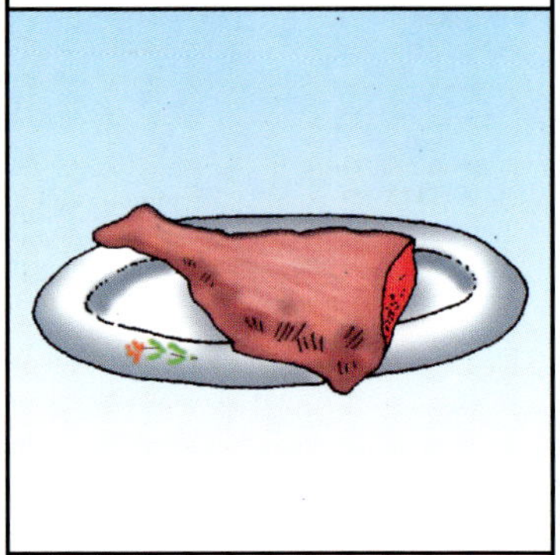

orange
தோடம்பழம்
thodampalam

papaya
பப்பாளி
pappaali

passion fruit
பசன்பழம்
pasanpalam

peach
பீச் பழம்
peech palam

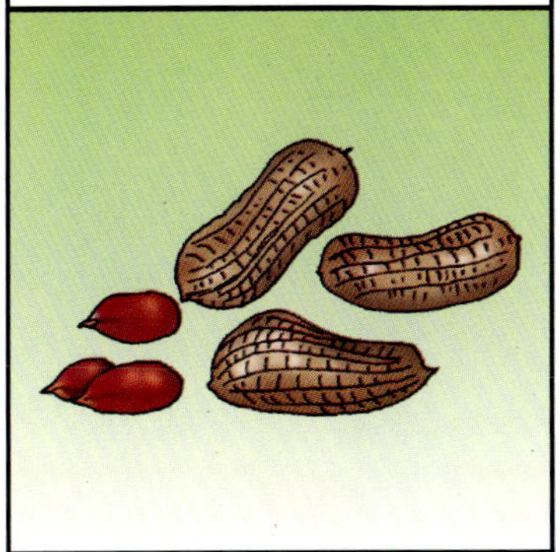

peanuts
வேர்க்கடலை
vaerkkadalai

pear
பேரிக்காய்
baerikkai

peppers
குடமிளகாய்
kudamilakaai

pie
கேக்
kaek

pineapple
அன்னாசி
annaasi

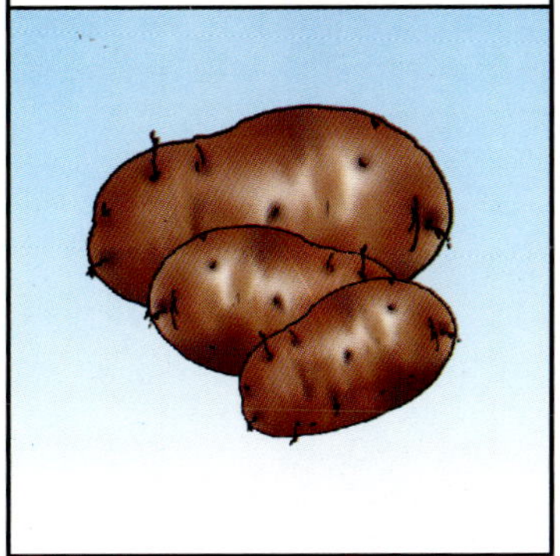

potatoes
உருளைக்கிழங்கு
urulaikilangu

pumpkin
பூசணிக்காய்
poosanikkaai

plums
கொடிமுந்திரி வகை
kodimunthiri vakai

pudding
இனியகளிவகை
iniya kalivakai

radishes
முள்ளங்கிகள்
mullangikal

raisins
உலர்திராட்சை
ularthiratchai

raspberries
ராஸ்பெரி
raasberi

rice
அரிசி
arisi

salad
சலாட்
salaad

salt
உப்பு
uppu

sandwich
சாண்ட்விச்
saandvich

sausages
அரைத்த
இறைச்சிக் குழல்
arraittha irracchi kulal

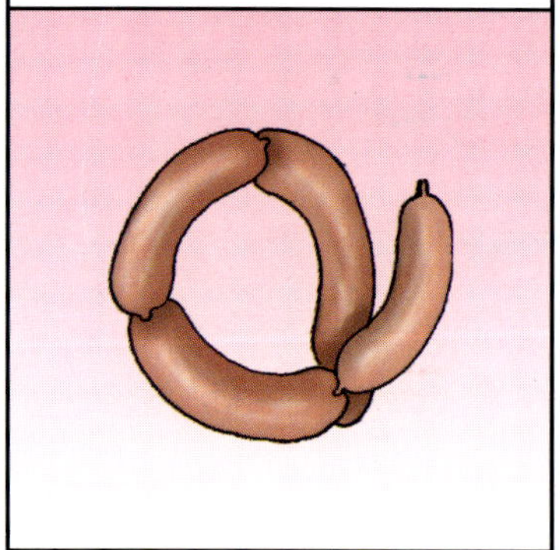

soup
கஞ்சி
kanchi

soyabeans
சோயா அவரை
soyaa avarai

spaghetti
நூல்
இடியப்பம்
nool idiyappam

spinach
கீரை
keerai

strawberries
ஜோர்பெய
jorbajar

starfruit
நட்சத்திரப்பழம்
natchathirap palam

sugar
சீனி
seeni

sweet potatoes
சக்கரைவள்ளி
sakkaraivalli

sweets
இனிப்பு
inippu

sweetcorn
மக்காச்சோளம்
makkaachoalam

syrup
இனிய பானம் -
சர்பத்
iniya baanam - sarbath

tea
தேனீர்
thaeneer

toast
சுட்ட ரொட்டி
sutta rotti

toffees
மிட்டாய்
mittaai

tomato
தக்காளி
thakkaali

turnip
முள்ளங்கி
mullangi

vegetables
காய்கறிகள்
kaikarihal

walnut
அக்ரோட்
akroat

water
நீர்
neer

watermelon
தர்பூசணி
tharpoosani

wheat
கோதுமை
goadhumai

yoghurt
தயிர்
thayir

HOME

இல்லம்

Illam

antenna
ஆன்டெனா
antenaa

balcony
மாடி முகப்பு
maadi muhappu

basin
தொட்டி
thotti

bathroom
குளியலறை
kuliyalarai

bed
படுக்கை
padukkai

bedroom
படுக்கை அறை
padukkai arai

bench
வாங்கு
vaangu

blanket
கம்பளம்
kambalam

bucket
வாளி
vaali

cabinet
அலமாரி
alamaari

carpet
தரைவிரிப்பு
tharai virippu

ceiling
மேற்கூரை
maerkoorai

chair
நாற்காலி
naarkaali

chandelier
சரவிளக்கு
saravilakku

chimneys
புகைக்கூண்டு
puhaikkoondu

cloth
துணி
thuni

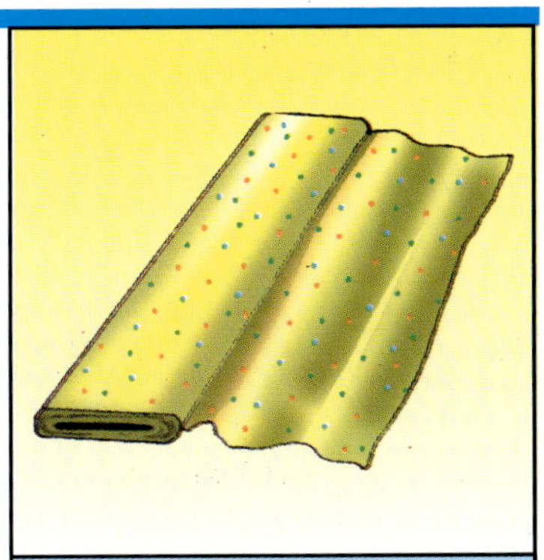

cot
கட்டில்
kattil

cupboard
அலமாரி
alamaari

curtains
திரைகள்
thiraikal

door
கதவு
kadhavu

drain
சாக்கடை
saakkadai

elevator
லிஃப்ட்
lift

escalator
எஸ்கலேட்டர்
eskalaettar

fences
வேலிகள்
vaeli

flats
அடுக்ககம்
adukkaham

flower vase
பூ ஜாடி
poo jaadi

foam
நுரை மெத்தை
nurai methai

fork
முள்கரண்டி
mul karandi

garden
தோட்டம்
thoattam

garage
கராஜ்
garaaj

gate
படலை
padalai

home
இல்லம் – வீடு
illam - veedu

hose
குழாய்
kulaai

kitchen
சமையலறை
samaiyalarai

letter-box
கடிதப்பெட்டி
kadithappetti

mattress
மெத்தை
methai

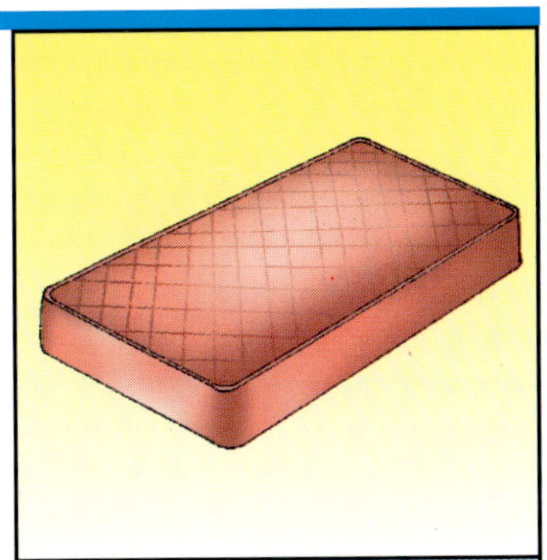

matchbox
தீப்பெட்டி
theeppetti

mop
துடைப்பான்
thudaippan

necktie
கழுத்துப்பட்டி
kalutthuppatti

oven
மின் அடுப்பு
min aduppu

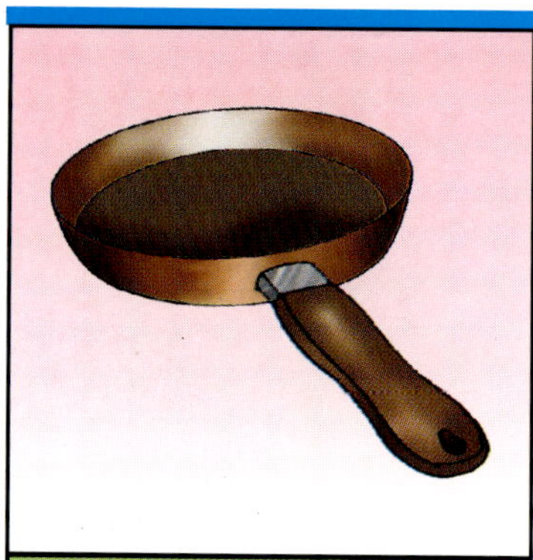

pan
வாணலி
vaanali

plate
தட்டு
thattu

pram
தள்ளுவண்டி
thallu vandi

roof
கூரை
koorai

rug
முரட்டுக்கம்பளம்
murattu kambalam

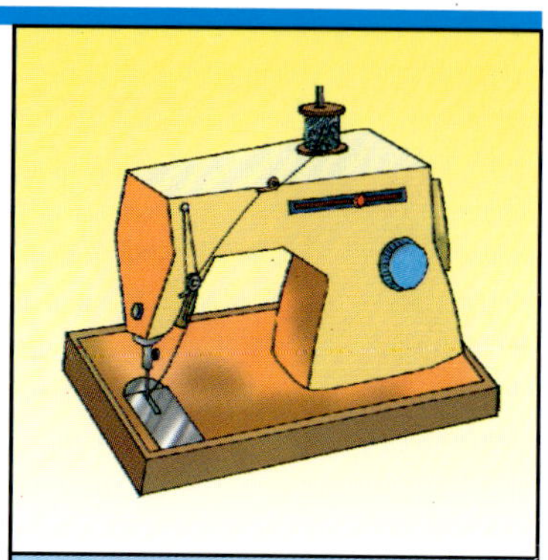

sewing machine
தையல்இயந்திரம்
thaiyal iyandhiram

seats
இருக்கைகள்
irukkaikal

shelf
அடுக்குத்தட்டு
adukkuthattu

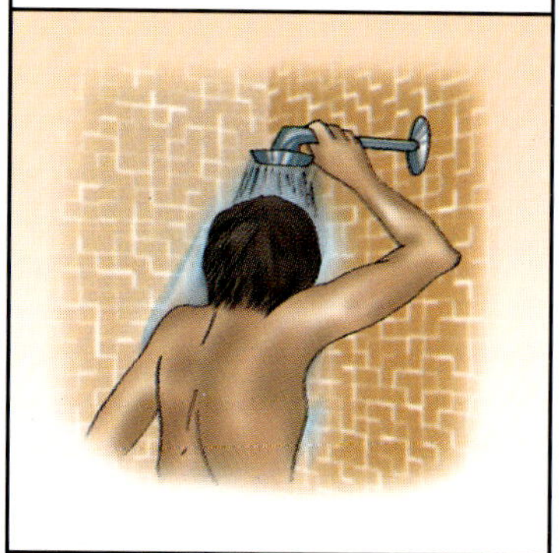

shower
நீர்த்தாரை
neertharai

sink
கழுவுதொட்டி
kaluvu thotti

smoke
புகை
puhai

sofa
சோஃபா
soafaa

spanner
ஸபானர்
spaanar

stairs/steps
படிகள்
padihal

toilet
கழிப்பறை
kalipparai

toothbrush
பற்குச்சி
parkuchi

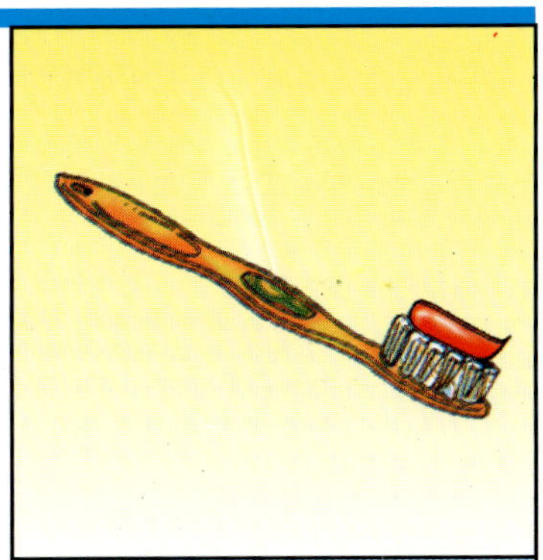

tub
குளியல்
தொட்டி
kuliyal thotti

wall
சுவர்
suvar

wardrobe
அலமாரி
alamaari

window
ஜன்னல்
jannal

bag
பை
pai

glass
கண்ணாடிக் குவளை
kannadik kuvalai

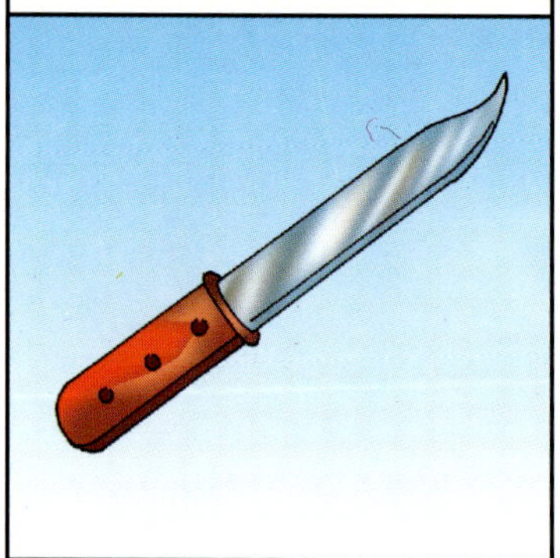

knife
கத்தி
kathi

refrigerator
குளிர்பதனப்பெட்டி
kulirpadanapetti

stove
எரிவாயுஅடுப்பு
erivuyu aduppu

clock
கடிகாரம்
gadihaaram

cushions
திண்டுகள்
thindukal

radio
வானொலிப்பெட்டி
vaanoli petti

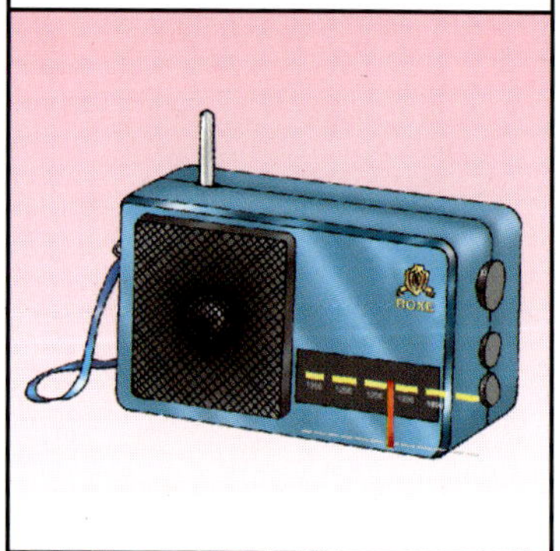

telephone
தொலைபேசி
tholaipaesi

table
மேசை
maesai

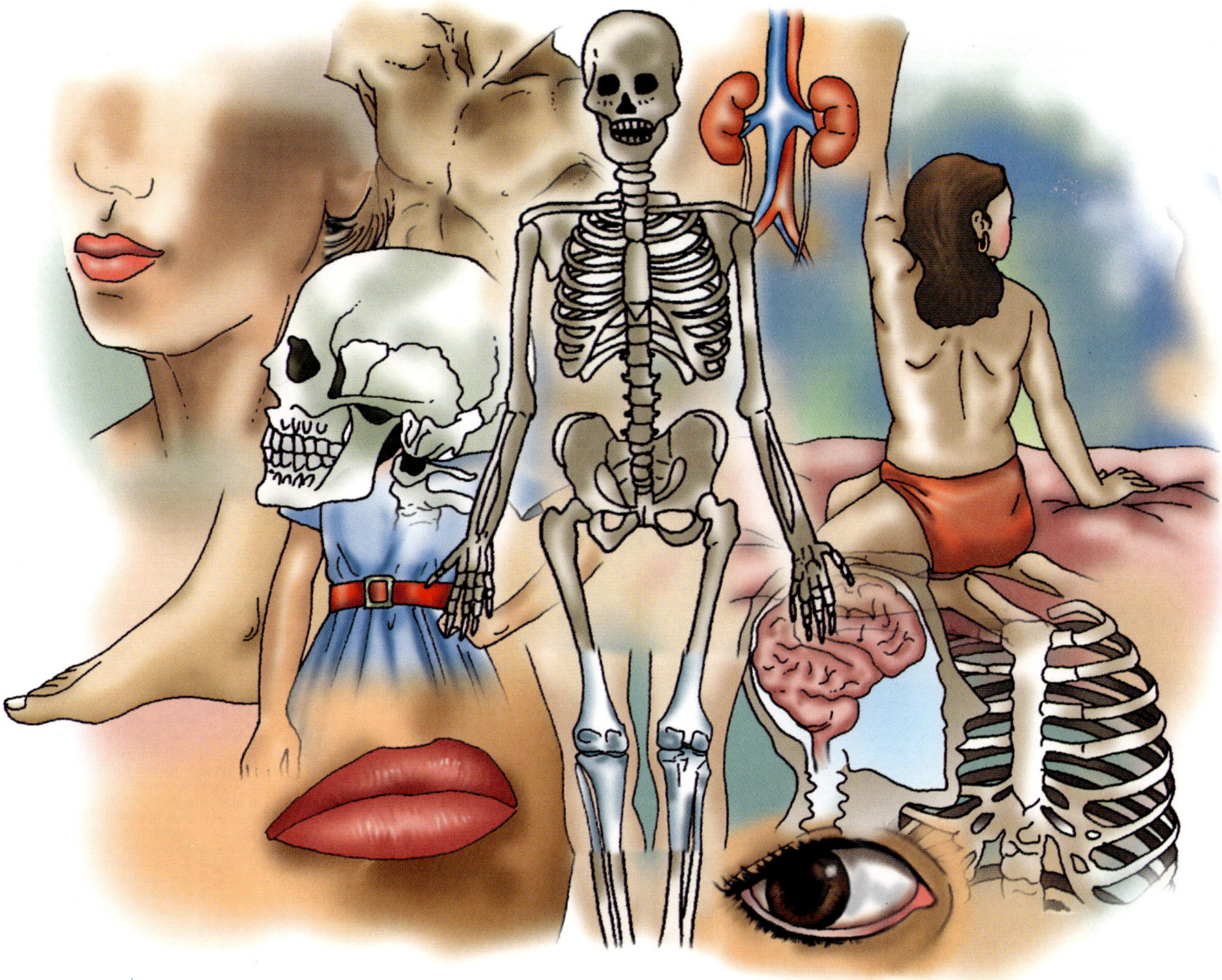

HUMAN BODY

உடலின் பாகங்கள்

Udalin Baahangal

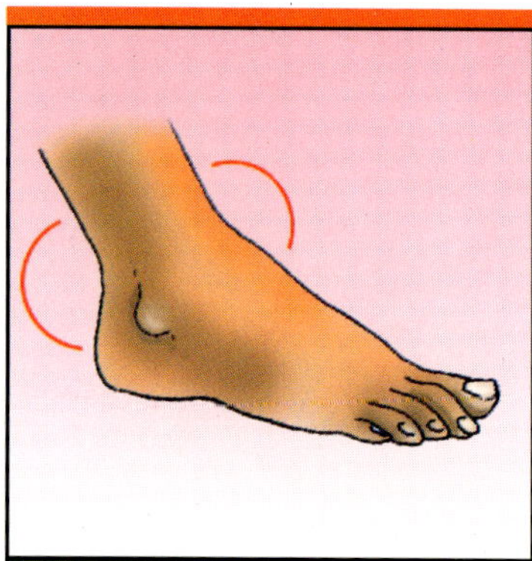

ankle
கணுக்கால்
kanukkaal

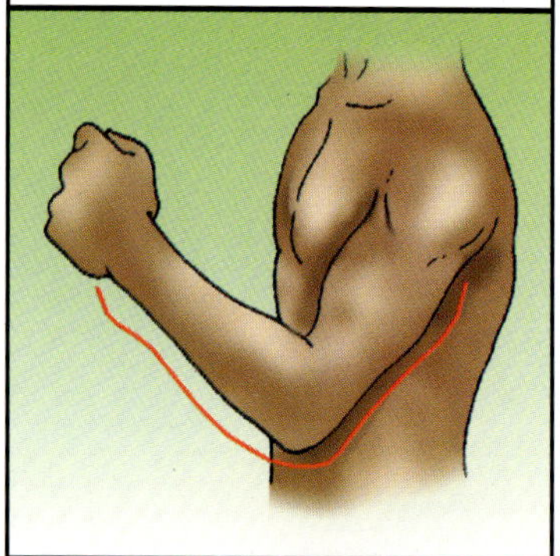

arm
புஜம்
pujam

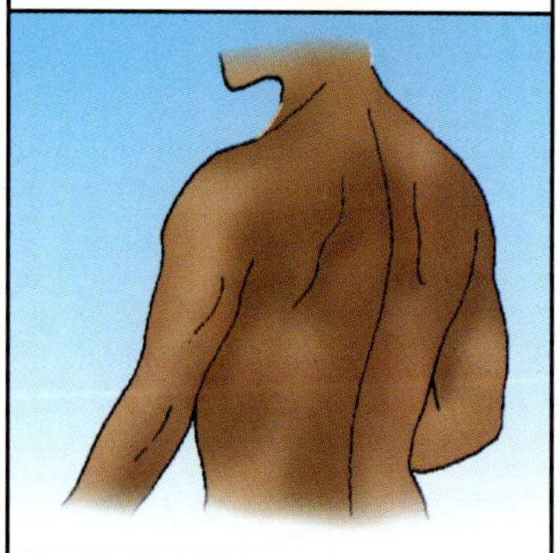

back
முதுகு
mudhuhu

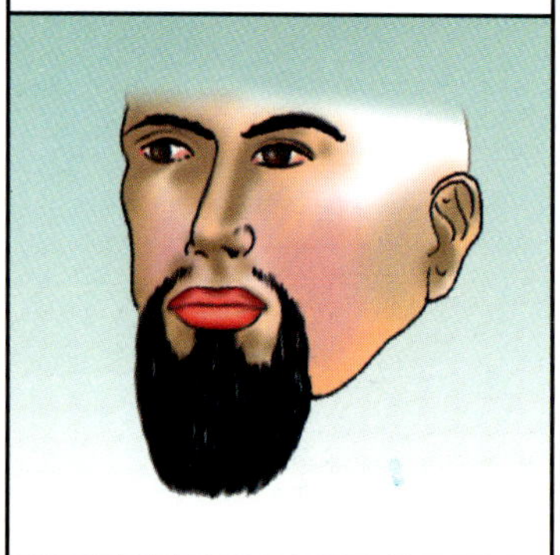

beard
தாடி
thadi

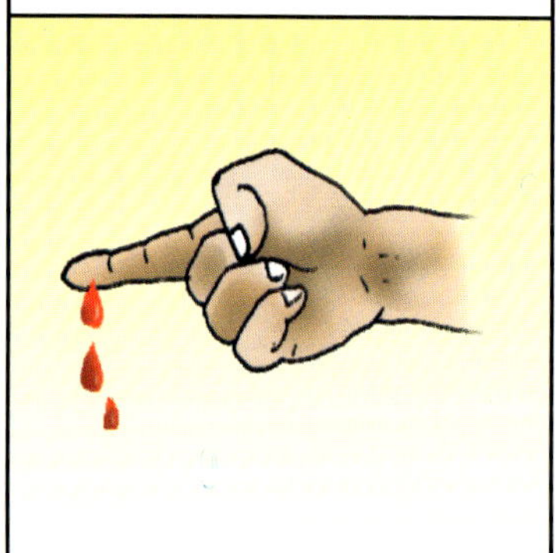

blood
இரத்தம் -
குருதி
iratham-kuruthi

body
உடல்
udal

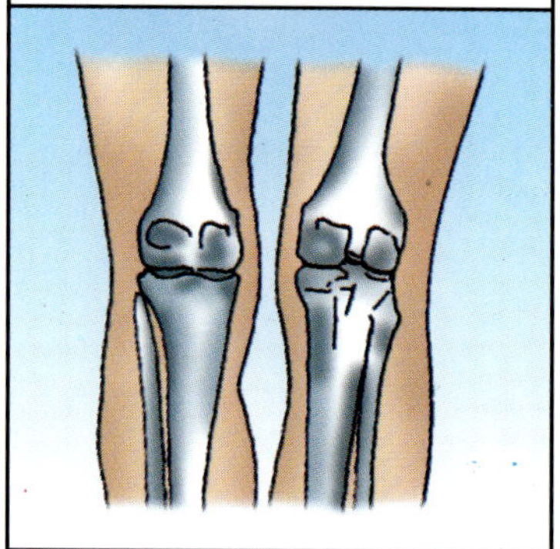

bones
எலும்பு
elumbu

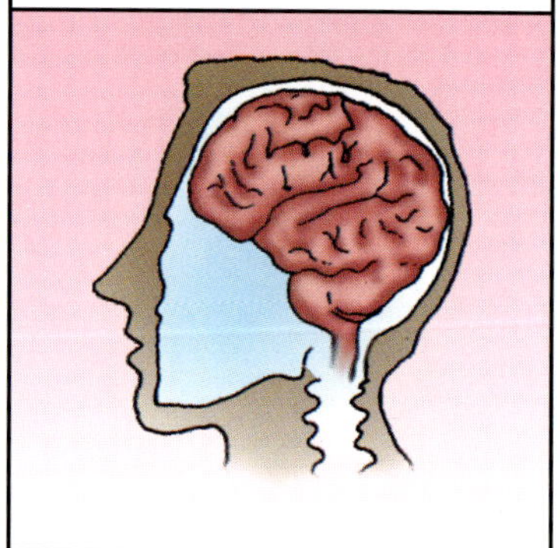

brain
மூளை
moolai

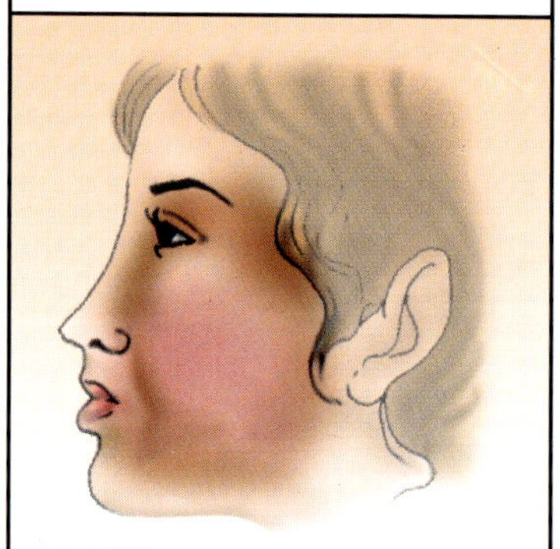

cheek
கன்னம்
kannam

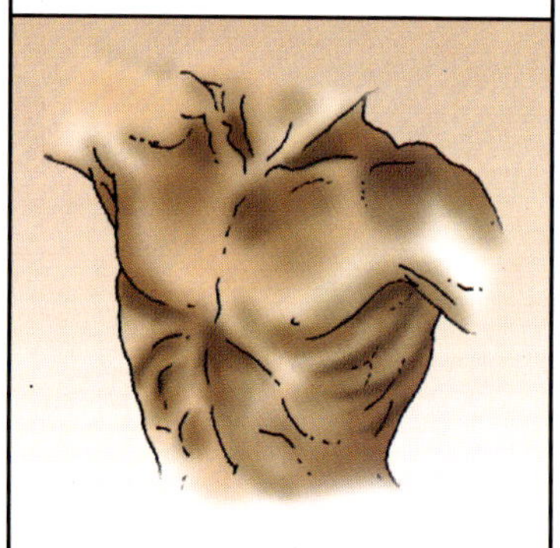

chest
மார்பு
maarbu

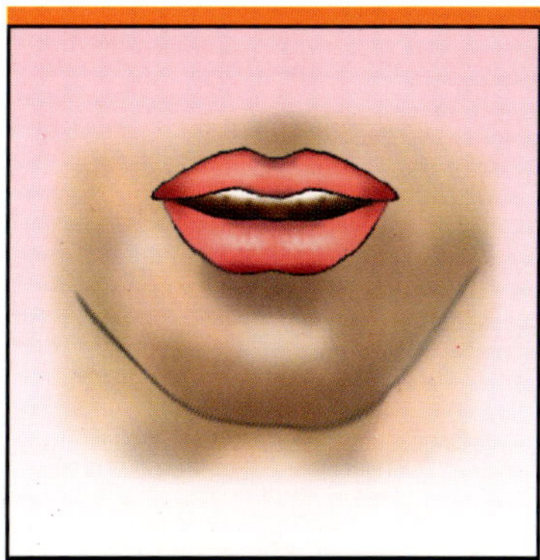

chin
முகவாய்
muhavaai

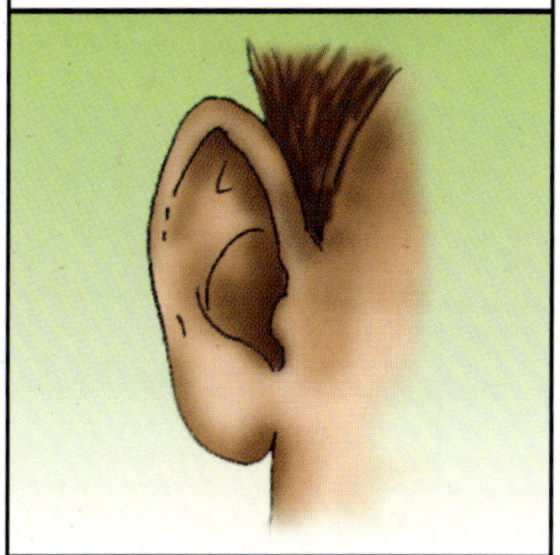

ear
காது
kaadhu

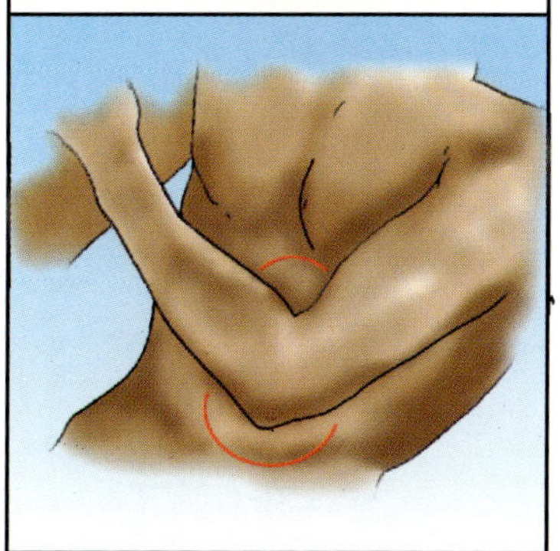

elbow
முழங்கை
mulankai

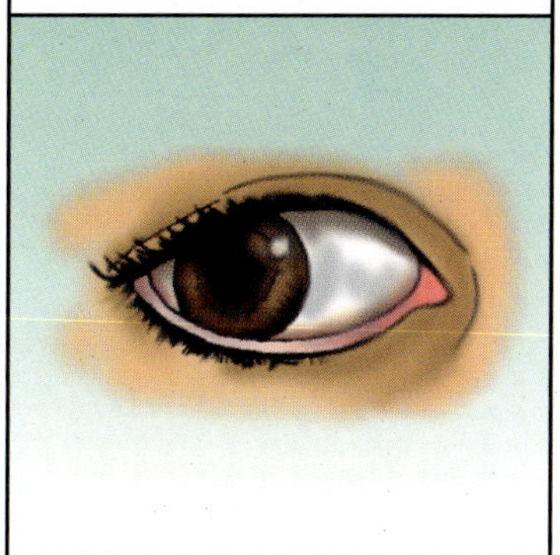

eye
கண்
kann

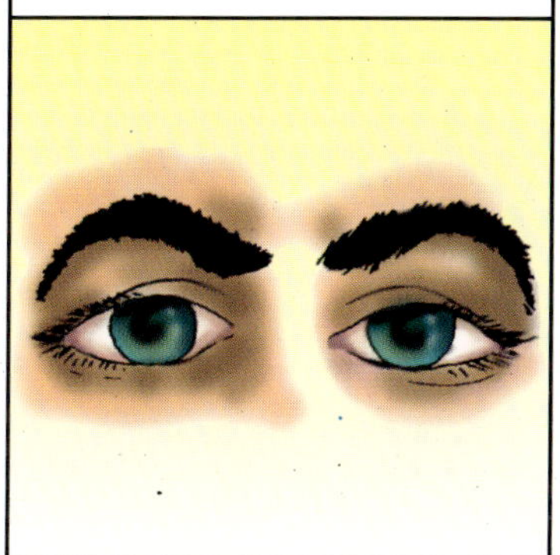

eyebrows
இமைகள்
imaikal

face
முகம்
muham

fingers
விரல்கள்
viralhal

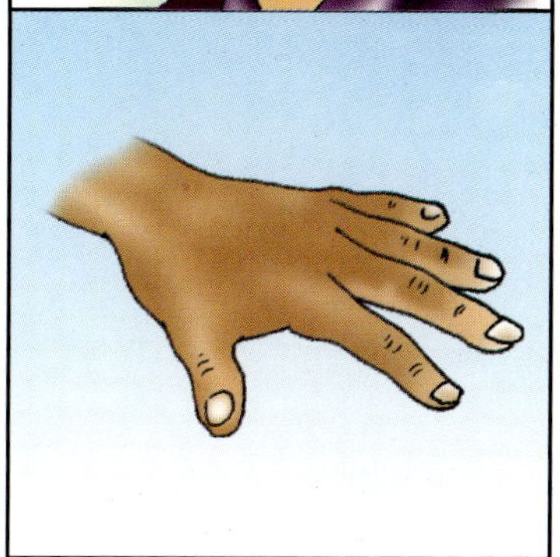

foot
பாதம்
paadham

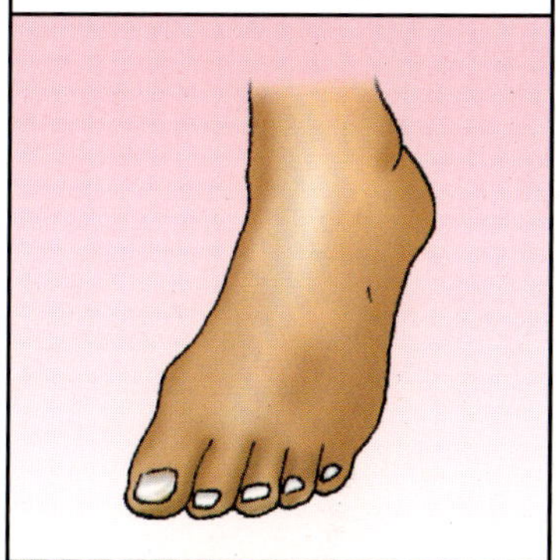

forehead
நெற்றி
netri

hair
மயிர் - முடி
mayir / mudi

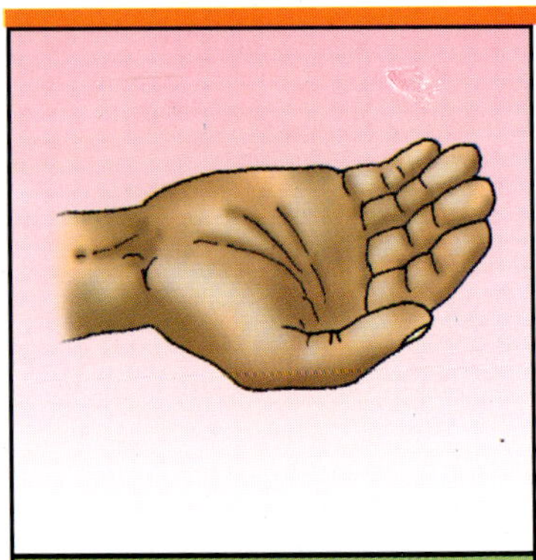

hand
கை
kai

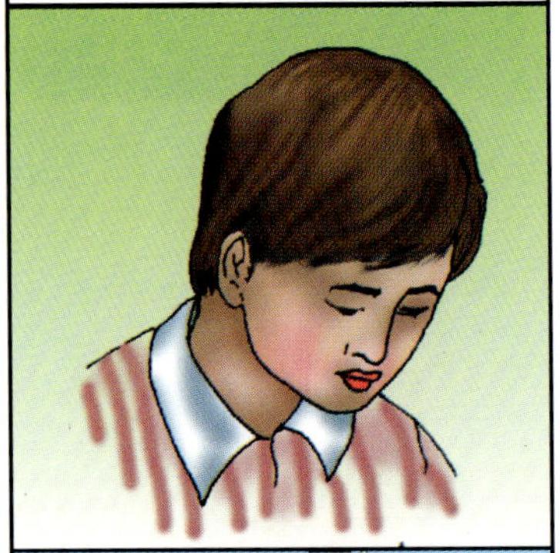

head
தலை
thalai

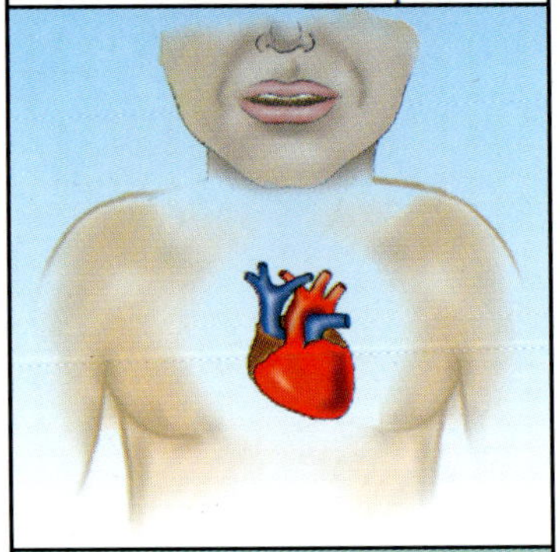

heart
இதயம்
Idhayam

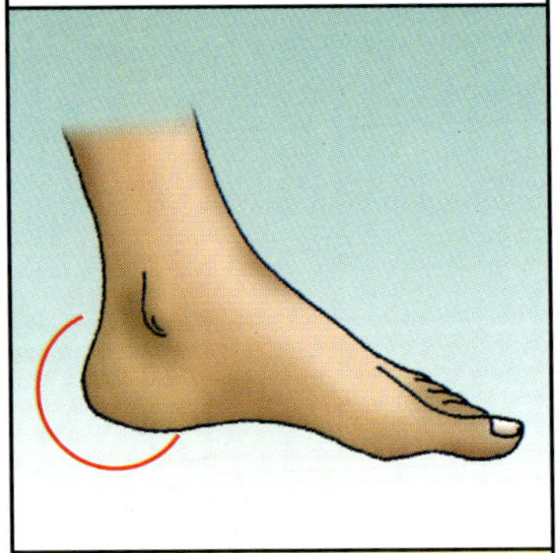

heel
குதிகால்
kudhikaal

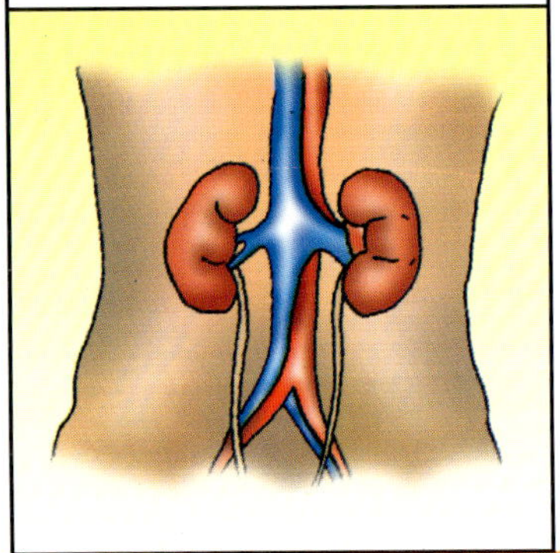

kidneys
சிறுநீரகம்
siruneeraham

knee
முழங்கால்
mulangaal

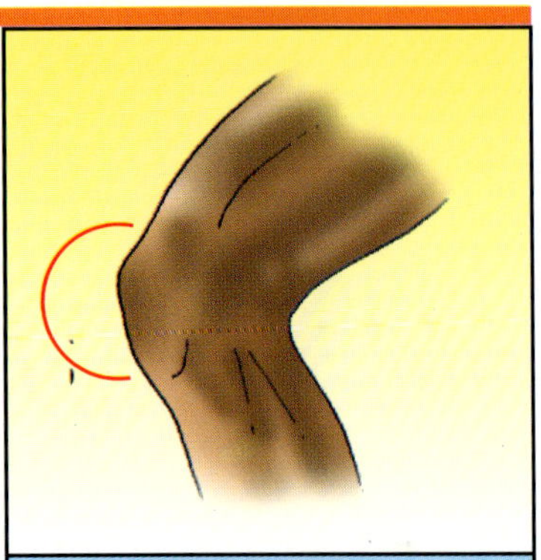

legs
கால்கள்
kaalhal

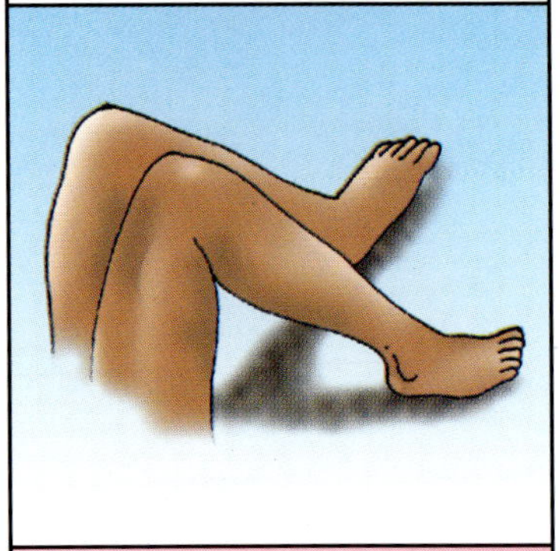

lips
உதடு
udhadu

lungs
நுரையீரல்
nuraiyeeral

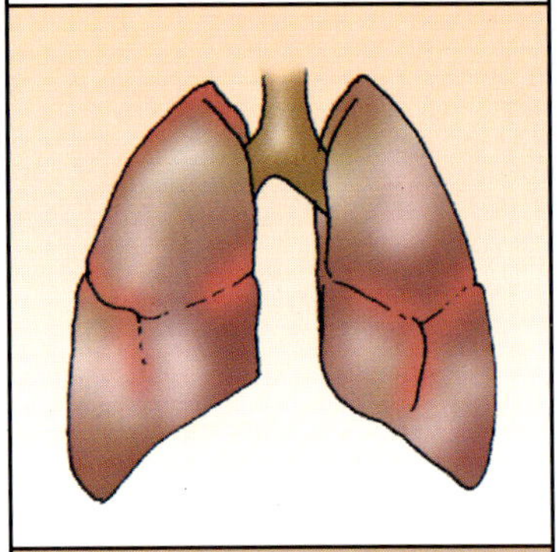

mouth
வாய்
vaai

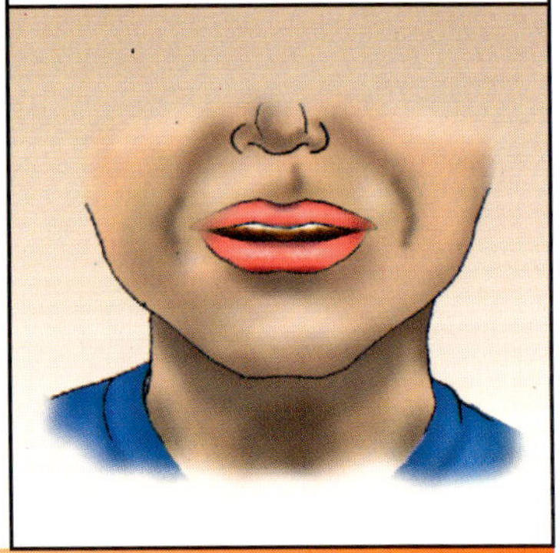

moustache
மீசை
meesai

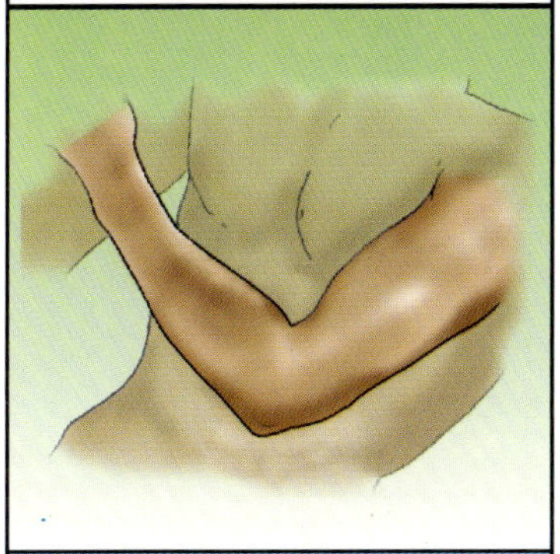

muscle
தசை
thasai

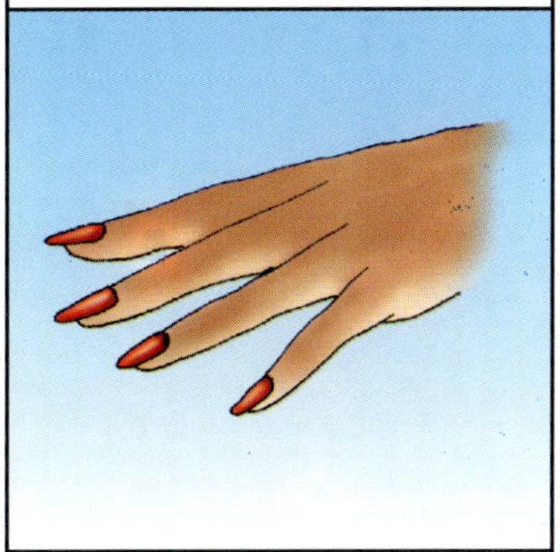

nails
நகம்
naham

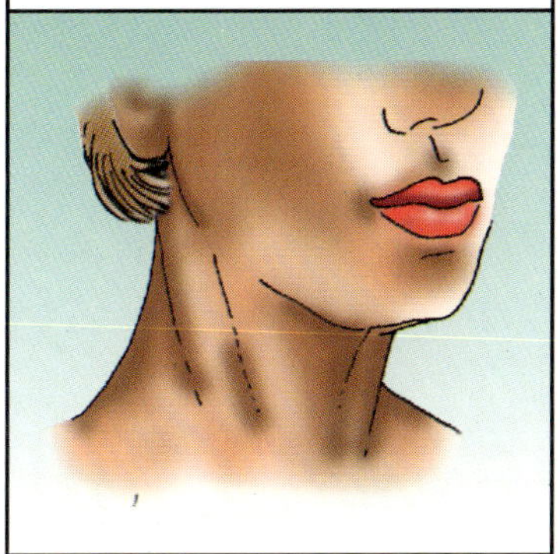

neck
கழுத்து
kaluthu

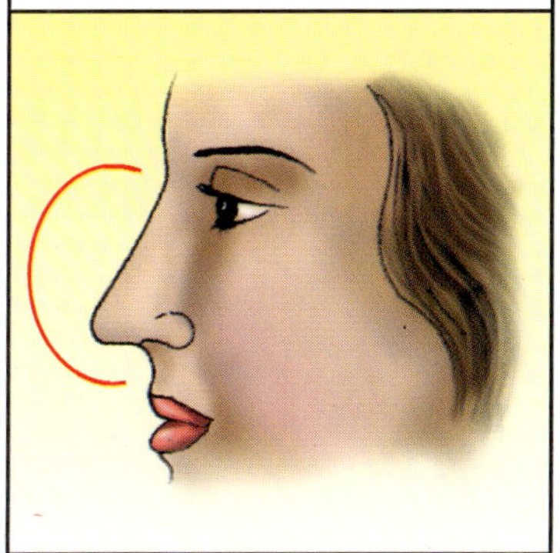

nose
மூக்கு
mookku

palm
உள்ளங்கை
ullankai

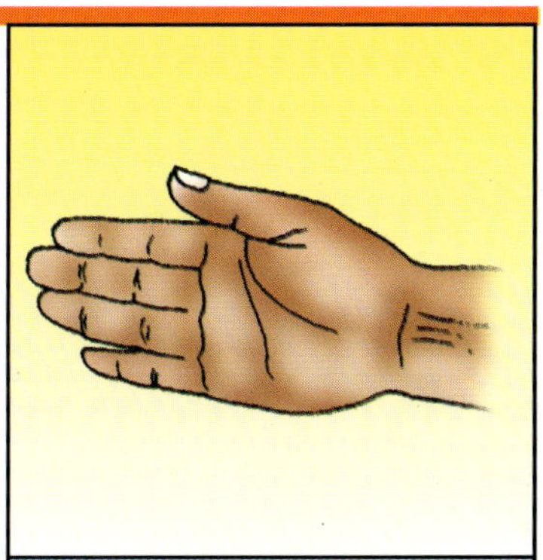

ribs
மார்பெலும்பு
maarbelumbu

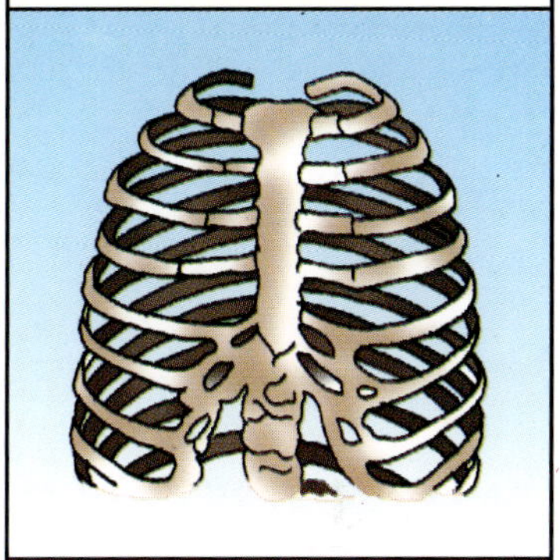

shoulders
தோள்
thoal

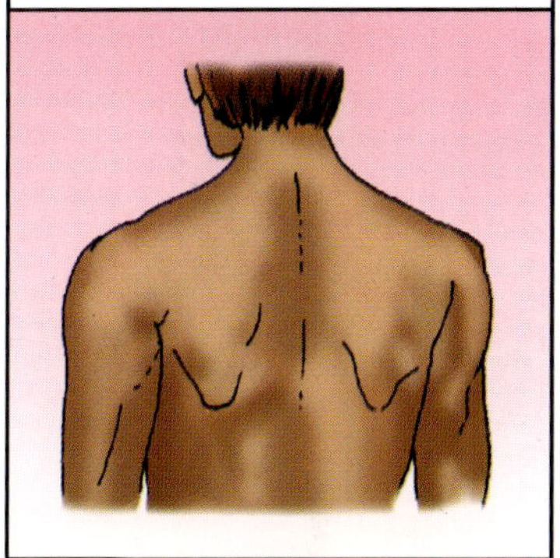

skeleton
எலும்புக்கூடு
elumbuk koodu

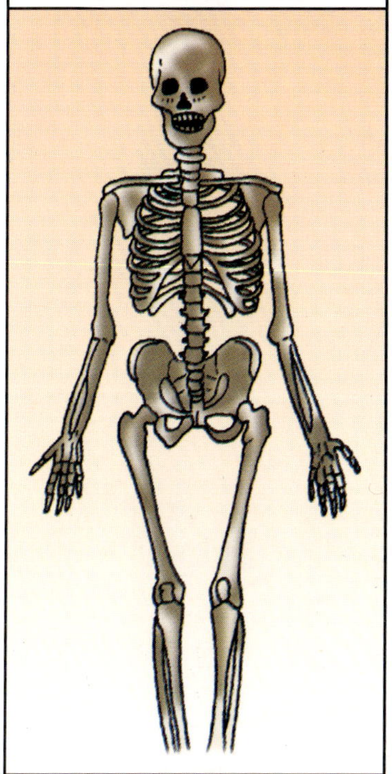

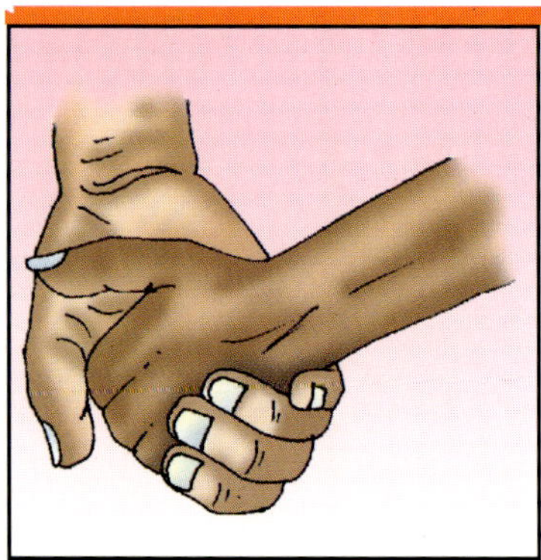

skin
தோல்
thoal

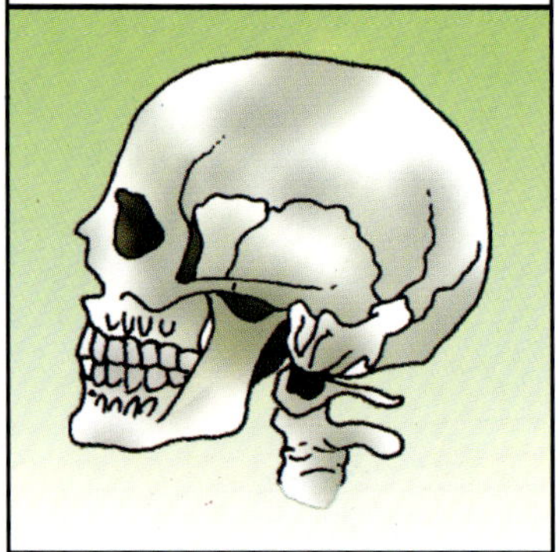

skull
மண்டையோடு
mandaiyoadu

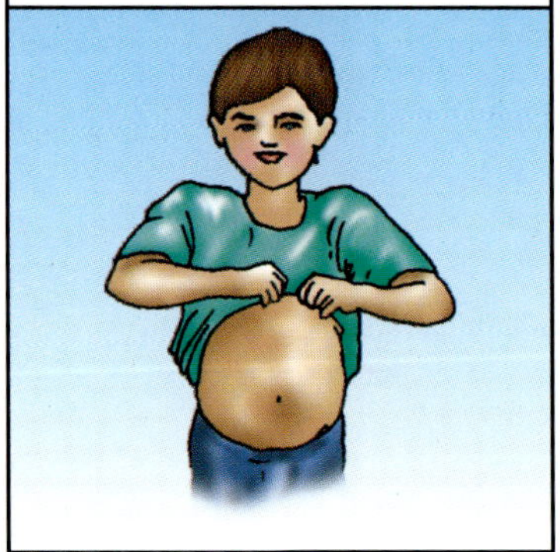

stomach
வயிறு
vayiru

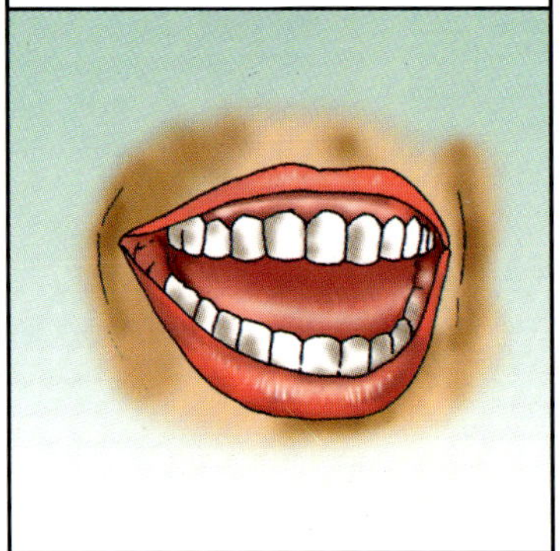

teeth
பற்கள்
parkal

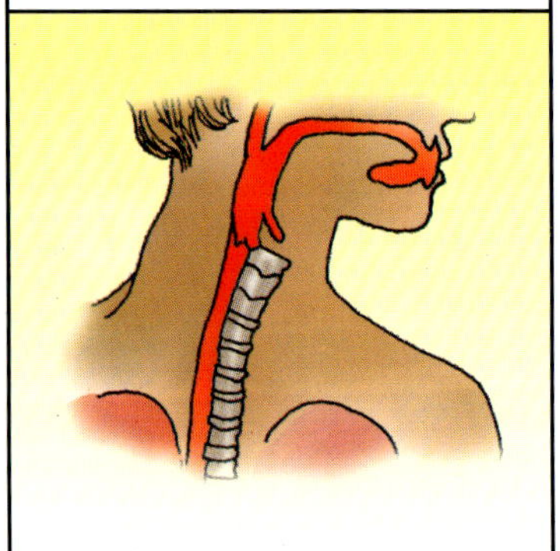

throat
தொண்டை
thondai

thumb
பெருவிரல்
peru viral

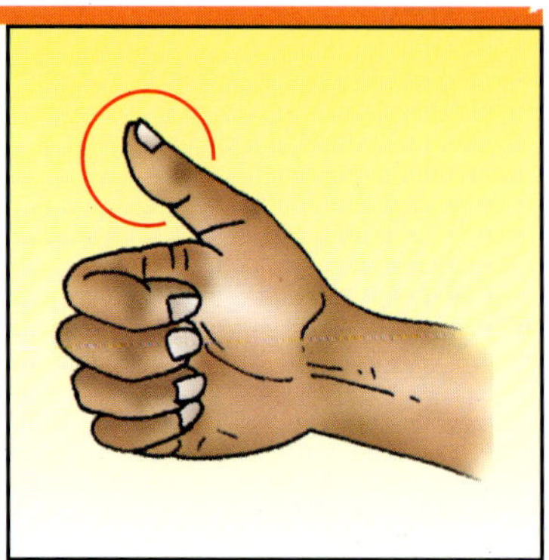

tongue
நாக்கு
naakku

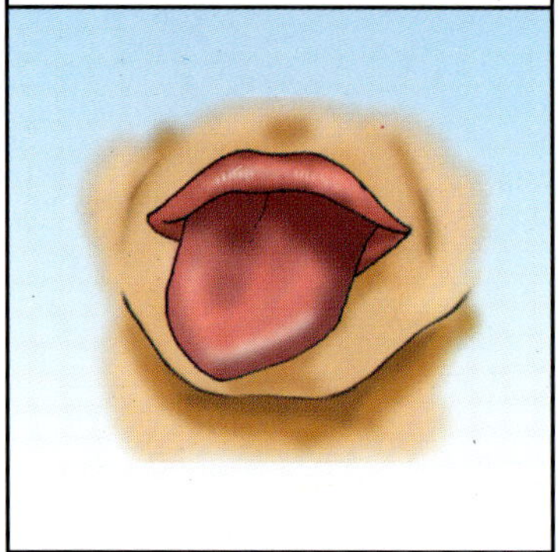

toes
கால்விரல்கள்
kaal viralkal

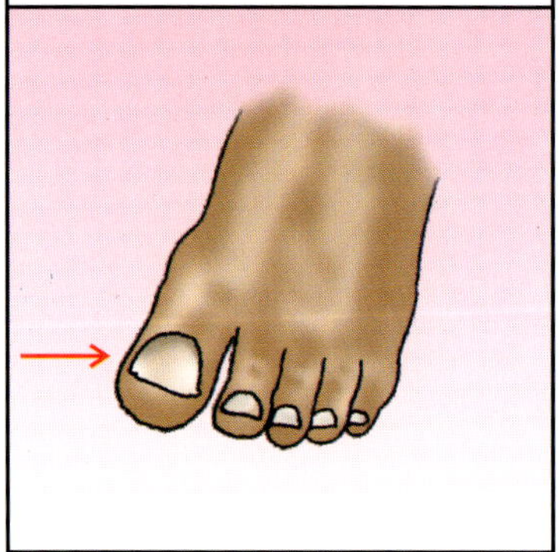

waist
இடுப்பு
iduppu

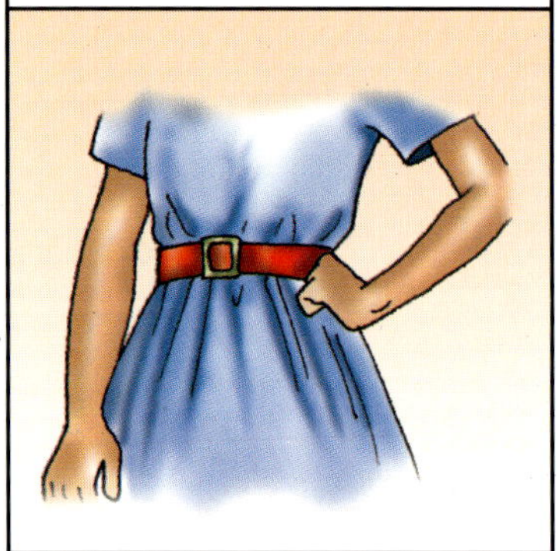

wrist
மணிக்கட்டு
manikkattu

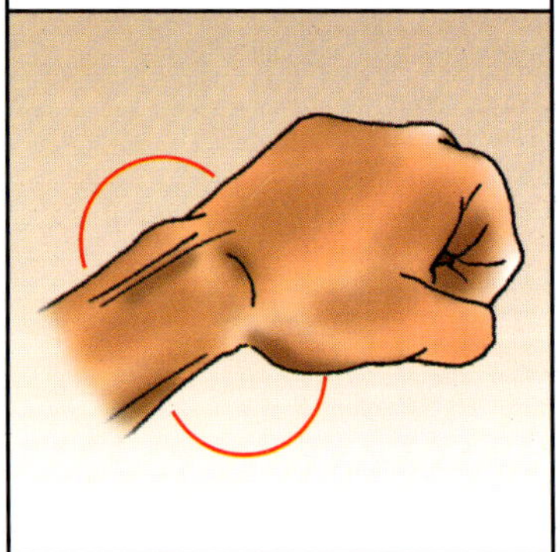

MEASUREMENTS, SHAPES, COLOURS AND TIME

அளவைகள், வடிவங்கள், வண்ணங்கள், காலம்

Alavaikal, Vadivangal, Vannangal, Kaalam

black
கறுப்பு
karuppu

blue
நீலம்
neelam

brown
பழுப்பு
paluppu

circle
வட்டம்
vattam

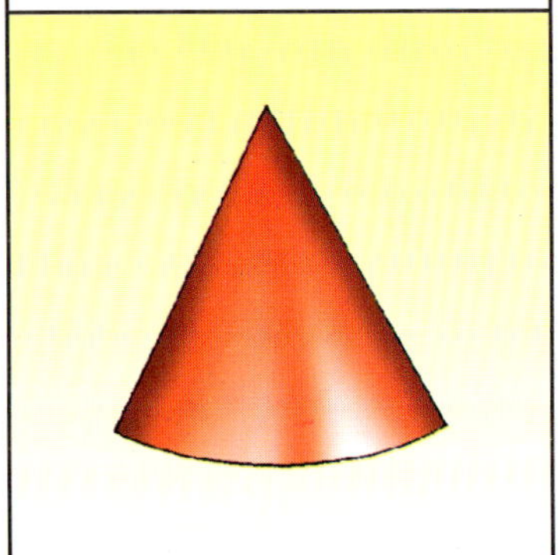

cone
கூம்பு
koombu

cube
கன சதுரம்
ganasadhuram

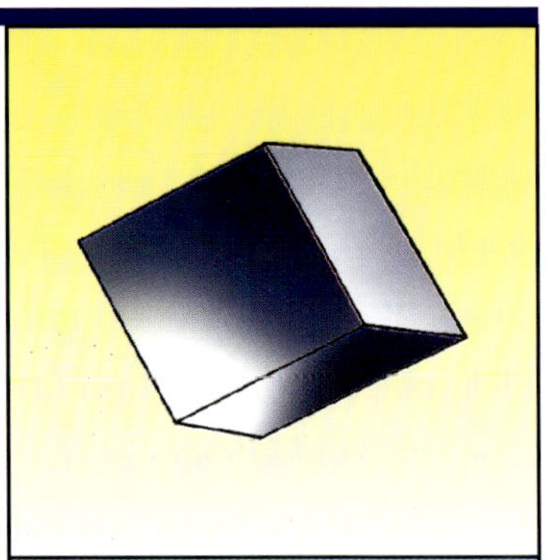

decimals
தசம எண்கள்
thasama enkal

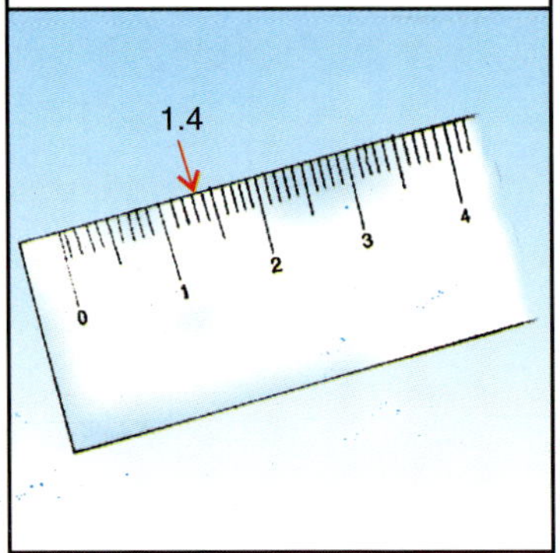

green
பச்சை
pachai

heap
குவியல்
kuviyal

kilogram
கிலோகிராம்
kilograam

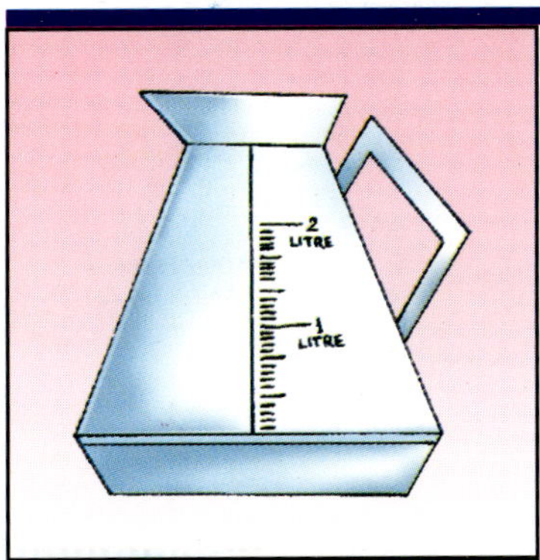

litre
லிட்டர்
littar

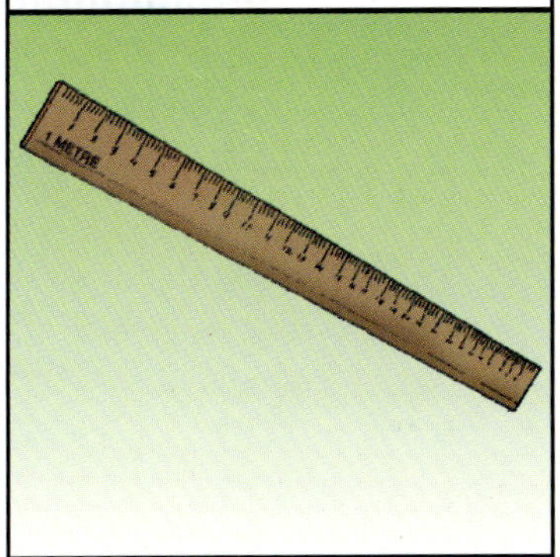

metre
மீட்டர்
meettar

mile
மைல்
mail

8:25

minute
நிமிடம்
nimidam

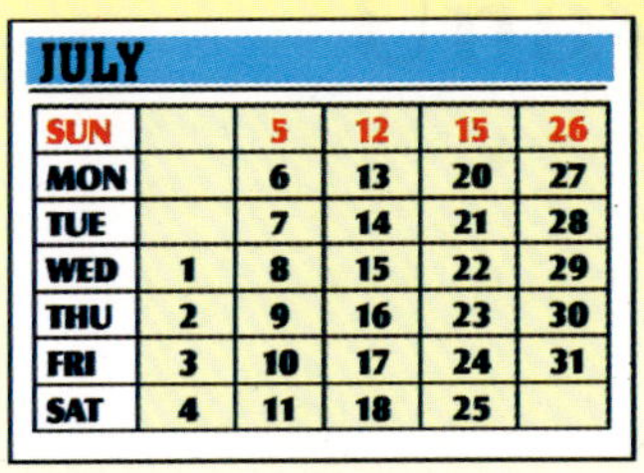

month
மாதம்
maadham

oval
நீள்வட்டம்
neel vattam

pair
ஜோடி
joadi

pink
பிங்க்
pink

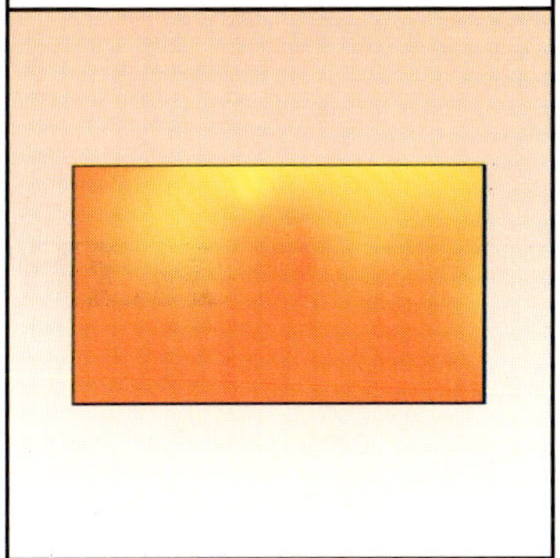

rectangle
செவ்வகம்
sevvaham

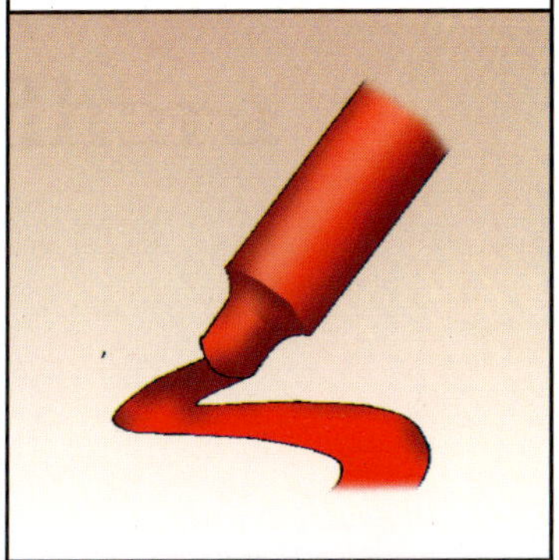

red
சிவப்பு
sivappu

small
சிறியது
siriyadhu

square
சதுரம்
sadhuram

sphere
கோளம்
koalam

tall
உயரமான
uyaramaana

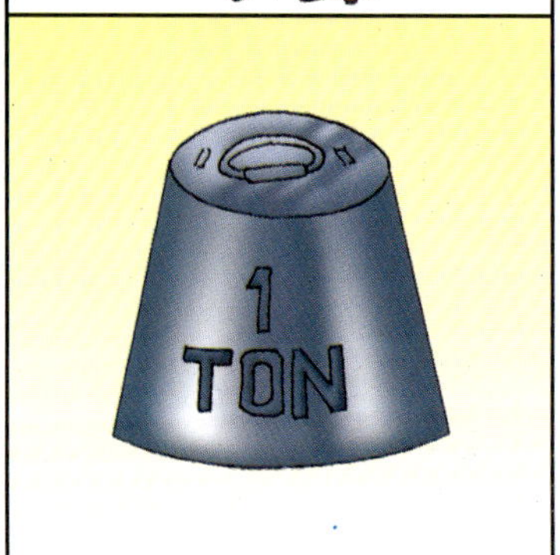

ton
தொன்
ton

triangle
முக்கோணம்
mukkoanam

violet
வயலட்
violet

white
வெள்ளை
vellai

yard
கஜம் - யார்
gajam - yaar

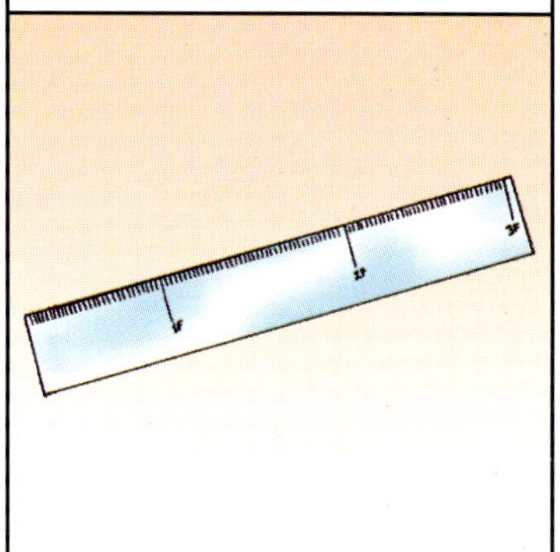

yellow
மஞ்சள்
manjal

PEOPLE, COSTUMES AND ORNAMENTS

மக்கள், உடைகள், அணிகலன்கள்

Makkal, Udaikal, Anikalankal

actor

நடிகர்

nadihar

actress

நடிகை

nadihai

angel

தேவதை

thaevathai

architect

கட்டட
கலைஞர்

kattada kalaignar

artist

ஓவியர்

oaviyar

astronaut

விண்வெளிப்பயணி

vinveli payani

athlete

விளையாட்டுவீரர்

vilayaattu veerar

author

எழுத்தாளர்

eluthaalar

baby

குழந்தை

kulandhai

baker

ரொட்டிசுடுபவர்

rotti sudubavar

bandit
கொள்ளையன்
kollaiyan

bishop
பாதிரியார்
paathiriyaar

blacksmith
கொல்லர்
kollar

blouse
ரவிக்கை
ravikkai

boy
பையன்
paiyan

bride
மணமகள்
manamahal

bridegroom
மணமகன்
manamahan

captain
கப்டன்
kaeptan

caps
தொப்பிகள்
thoppikal

carpenter
தச்சர்
thachchar

child
குழந்தை
kulandhai

clown
கோமாளி
koamaali

conductor
நடத்துனர்
nadathunar

cook/chef
சமையல்காரர்
samaiyalkaarar

dancers
நடனக்கலைஞர்
nadanakkalaignar

daughter
மகள்
mahal

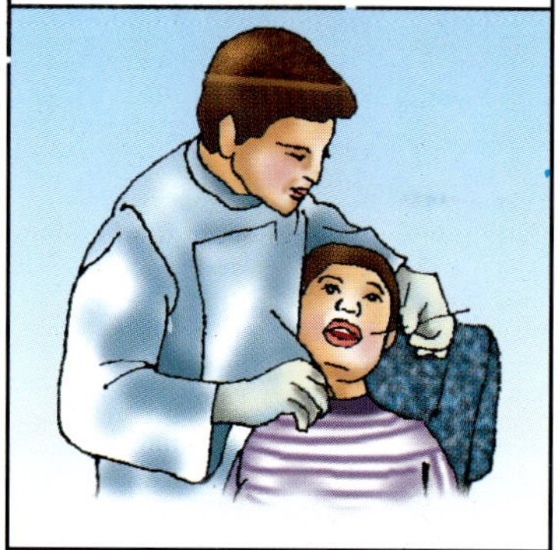

dentist
பல்மருத்துவர்
pal maruthuvar

doctor
மருத்துவர்
maruthuvar

driver
ஓட்டுனர்
oattunar

dwarfs
குள்ளர்
kullar

electrician
மின் பணியாள்
min paniyaal

farmer
விவசாயி
vivasaayi

fire-fighter
தீயணைப்பு வீரர்
theeyanaippu veerar

girl
சிறுமி
sirumi

jacket
ஜாக்கட்
jaacket

king
அரசர்
arasar

knight
குதிரை வீரர்
kuthirai veerar

lady
பெண்
penn

man
ஆண்
aann

mechanic
திருத்துனர்
thiruthunar

miner
சுரங்கத்தொழிலாளி
suranga tholilai

nun
பெண் துறவி
penn thuravi

merchant
வணிகர்
vanihar

nurse
செவிலி
sevili

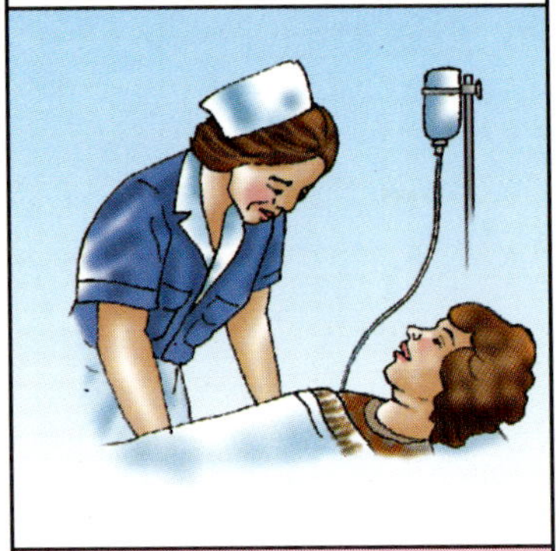

monk
துறவி
thuravi

painter
சாயமடிப்பவர்
saayamadippavar

musicians
இசைக்கலைஞர்
isaikkalaignar

pilot
விமானமோட்டி
vimaanamoatti

necktie
கழுத்துப்பட்டி
kalutthuppatti

plumber
ஈயக்கம்மியர்
eeyakkammiyar

police officer
நகர் காவலர்
nakarkavalar

porter
சுமைகூலி
sumaikooli

postman
தபால்காரர்
thabaalkaarar

priest
மதபோதகர்
madhaboathakar

prince
இளவரசன்
ilavarasan

queen
அரசி
arasi

robber
திருடன்
thirudan

sailor
மாலுமி
maalumi

shorts
அரைக்காற்சட்டை
araikkarsattai

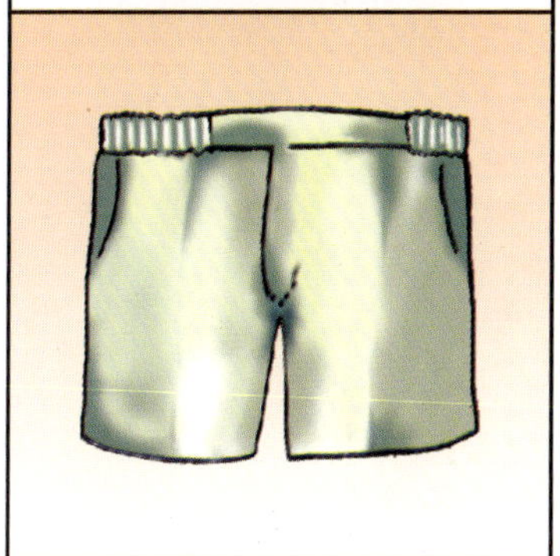

shopkeeper
கடைக்காரர்
kadaikkaarar

sisters
சகோதரியர்
sahoadhariyar

soldier
படைவீரர்
padai veerar

solicitor
வழக்கறிஞர்
valakkarignar

teacher
ஆசிரியர்
aasiriyar

thief
திருடன்
thirudan

turban
உருமால்
urumaal

waiter
ஏவலாள்
evalaal

wife
மனைவி
manaivi

woman
பெண்
penn

wrestlers
மல்யுத்த வீரர்
malyudha veerar

PLACES AND BUILDINGS

இடங்கள், கட்டடங்கள்

Idangal, Kattadangal

airport
விமானநிலையம்
vimaana nilaiyam

aquarium
மீன்காட்சியகம்
meen kaatchiaham

bank
வங்கி
vangi

bay
விரிகுடா
virikuda

bazar
சந்தை
sandhai

beach
குளிக்கும்கடற்கரை
kulikkum kadardarai

bridge
பாலம்
paalam

bungalow
பங்களா
bangalaa

café
சிற்றுண்டிச்சாலை
sitrundichalai

canal
கால்வாய்
kaalvaai

castle
அரண்மனை
aranmanai

cathedral
பெரிய தேவாலயம்
periya thaevaalayam

cave
குகை
guhai

church
தேவாலயம்
thaevaalayam

cinema
திரையரங்கு
thirai arangu

circus
சர்க்கஸ்
sarkas

clinic
மருத்துவக்கூடம்
maruthuvakkoodam

coast
கடற்கரை
kadarkarai

college
கல்லூரி
kalloori

cottage
குடில்
kudil

court
நீதிமன்றம்
neethi manram

den
குகை
guhai

desert
பாலைவனம்
paalaivanam

dome
கவிகை மாடம்
kavihai maadam

factory
தொழிற்சாலை
tholirsaalai

farm
பண்ணை
pannai

apartment
அடுக்ககம்
adukkaham

forest
காடு
kaadu

fort
கோட்டை
koattai

gallery
காட்சிக்கூடம்
kaatchikkoodam

petrol station
பெட்ரோல்நிலையம்
petrol nilaiyam

garden
தோட்டம்
thoattam

glacier
பனியாறு
paniaaru

gulf
வளைகுடா
valaikudaa

hills
குன்று
kunru

hospital
மருத்துவமனை
maruthuva manai

hostel
வாழும் விடுதி
vaalum viduthi

hotel
தங்கும் விடுதி
thangum viduthi

house
வீடு
veedu

hut
குடிசை
kudisai

inn
பயணி விடுதி
payani viduthi

island
தீவு
theevu

laboratory
ஆய்வுக்கூடம்
aayvukkoodam

lake
ஏரி
aeri

lane
குறுகியவழி
kuruhiyavali

library
நூலகம்
noolakam

light house
கலங்கரை
விளக்கம்
kalangarai vilakkam

market
சந்தை
sandhai

monument
நினைவகம்
ninaivaham

mosque
மசூதி
masoodhi

mountain
மலை
malai

museum
அருங்காட்சியகம்
arunkatchiaham

observatory
வான் ஆய்வகம்
vaan aayvaham

ocean
சமுத்திரம்
samuthiram

office
அலுவலகம்
aluvalaham

orchard
பழத்தோட்டம்
palathoattam

palace
மாளிகை
maalihai

park
பூங்கா
poonga

pavement
நடைபாதை
nadaipaathai

pillars
தூண்
thoon

play ground
விளையாட்டரங்கம்
vilayattarangam

pond
குளம்
kulam

pool
குட்டை – குளம்
kuttai / kulam

port
துறைமுகம்
thuraimuham

post-office
அஞ்சலகம்
anjalaham

prison
சிறைக்கூடம்
siraikkoodam

restaurant
உணவகம்
unavaham

river
ஆறு – நதி
aaru / nathi

road
சாலை
saalai

school
பள்ளிக்கூடம்
pallikkoodam

workshop
பட்டறை
pattarai

shop
கடை
kadai

skyscrapers
வானுயர்கட்டடம்
vaanuyarkattadam

stadium
விளையாட்டரங்கு
vilayaattarangu

station
(புகையிரத) நிலையம்
(pukaiyiratha) nilaiyam

street
தெரு
theru

subway
சுரங்கநடைபாதை
suranga nadaipaathai

supermarket
பல்பொருள் அங்காடி
palporul angaadi

swimming pool
நீச்சல் குளம்
neechal kulam

temple
கோயில்
koyil

theatre
கலையரங்கு
kalaiarangu

tower
கோபுரம்
kopuram

town
நகரம்
naharam

tunnel
சுரங்கப்பாதை
surangappaadhai

university
பல்கலைக்கழகம்
palkalaikalaham

valley
பள்ளத்தாக்கு
pallathaakku

village
சிற்றூர் - கிராமம்
sitroor / graamam

ward/clinic
சிகிச்சைக்கூடம்
sihichaikoodam

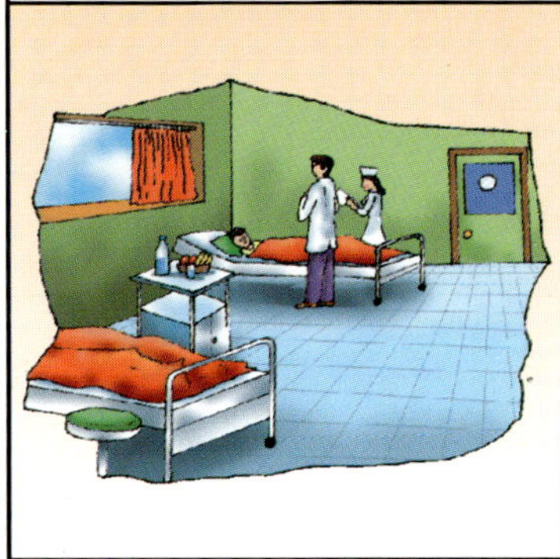

zoo
உயிரியல்பூங்கா
uyiriyal poonga

PLANTS AND FLOWERS

தாவரங்கள், மலர்கள்

Thaavarangal, Malarkal

balsam
தும்பை
thumbai

bamboo
மூங்கில்
moongil

branch
கிளை
kilai

bush
புதர்செடி
putharsedi

cactus
கள்ளி
kalli

corn
மக்காச்சோளம்
makkaachoalam

cotton
பருத்தி
paruthi

daffodil
பொஸ்காப்பூ
poskappoo

dandelion
பால்கிண்ணச்செடி
palkinnasedi

eggplant
கத்தரிச்செடி
katharisedi

elm
எல்ம் மரம்
elm maram

fir
கிறன் மரம்
giran maram

flax
சணல்பயிர்
sanalpayir

grass
புல்
pul

heliopsis
சூரியகாந்தி
suryakaanthi

honey-suckle
தேன்கொடி
thaenkodi

jasmine
மல்லிகை
mallihai

lily
அல்லி
alli

maize
சோளம்
soalam

narcissus
பின்ச -
பொஸ்காப்பூ
pinsa-poskappoo

olive
ஆலிவ் மரம்
aaliv maram

palm trees
பனைமரம்
panaimaram

peas
பட்டாணி
pattaani

root
வேர்
vaer

rose
ரோஜா
roajaa

sugarcanes
கரும்பு
karumbu

tobacco
புகையிலை
puhaiyilai

vanilla
வனிலா
vanila

water-lilies
நீராம்பல்
neer aambal

zinnias
டேரிப்பூ
daerippoo

SPORTS, GAMES AND RECREATION

விளையாட்டு மற்றும் மனமகிழ் சாதனங்கள்

Vilaiyaattu Matrum Manamakil Saadhanangal

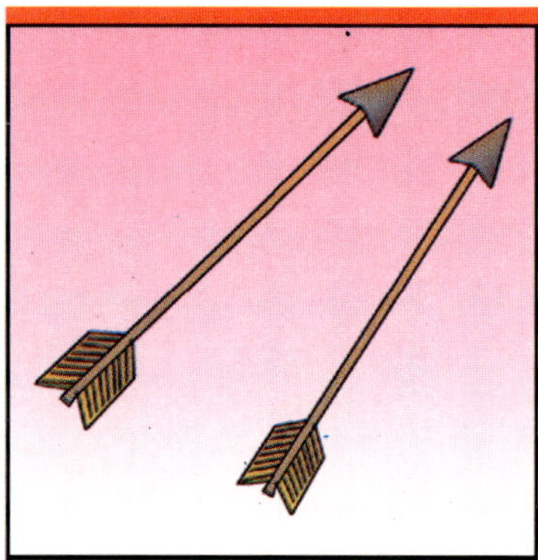

arrows
அம்பு
ambu

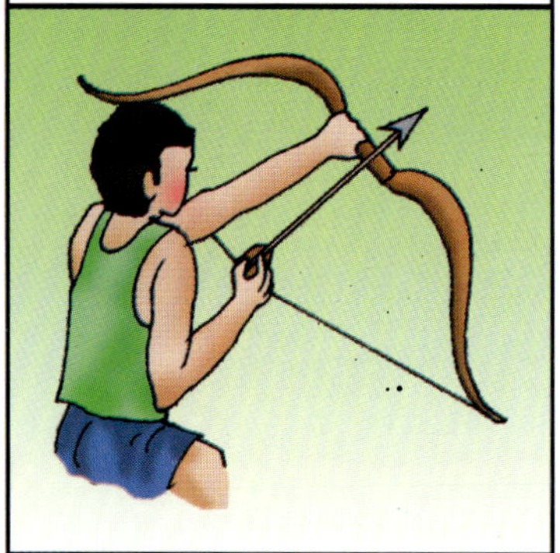

archery
வில்
vil

badminton
பூப்பந்து
pooppandhu

ball
பந்து
pandhu

balloons
பலூன்
baloon

billiard
பில்லியாட்
billiaad

carrom board
கேரம்போர்ட்
kaeramboard

chess
சதுரங்கம்
sathurangam

clarinet
நாதஸ்வரம்
nadhaswaram

cornet
எக்காளம்
ekkaalam

drum
முரசு
murasu

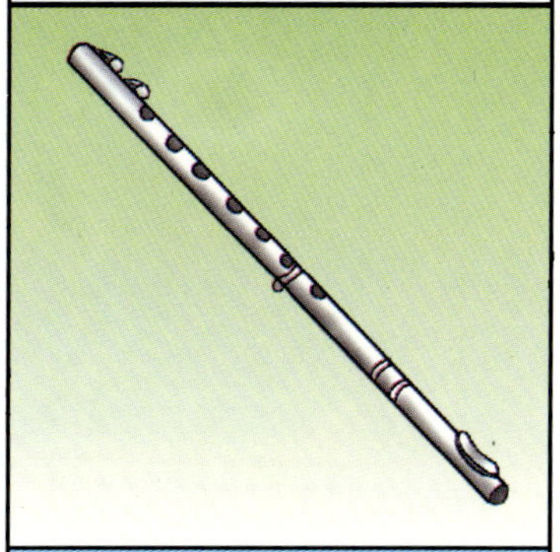

flute
புல்லாங்குழல்
pullaankulal

cricket
கிரிக்கெட்
krikket

football
கால்பந்து
kaalpandhu

golf
கோல்ஃப்
goalf

guitar
கிட்டார்
gittar

hockey
ஹாக்கி
haakki

kite
பட்டம்
pattam

mandolin
மாண்டலின்
maandalin

puppets
மொம்மலாட்டம்
pommalaattam

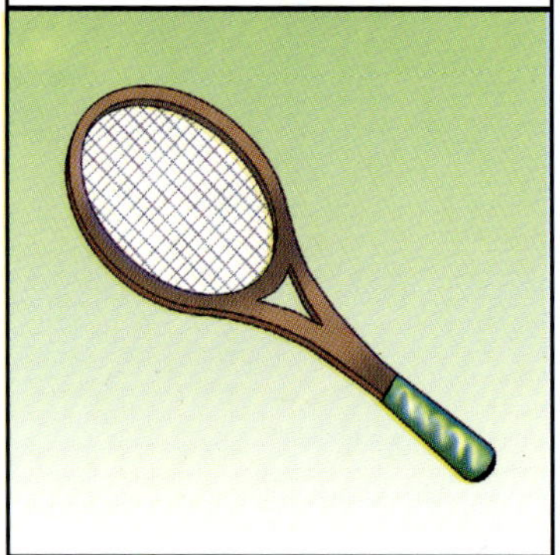

racket
மட்டை
mattai

seesaw
சீ - சா பலகை
see-saa palahai

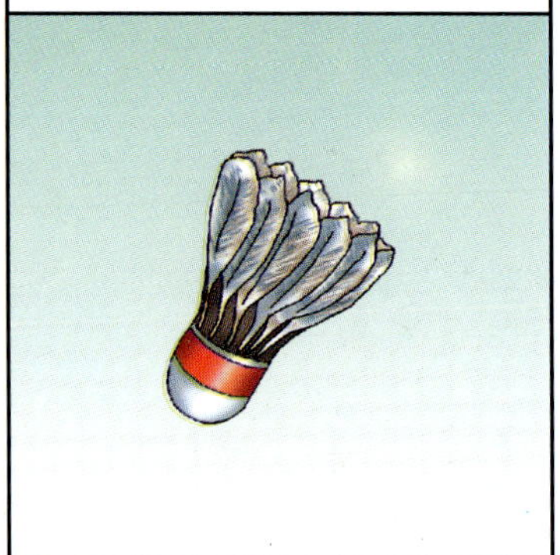

shuttle-cock
இறகுப்பந்து
irahuppandhu

skates
காற்சக்கரம்
kaarsakkaram

ski
பனிச்சறுக்கு
panicharukku

swing
ஊஞ்சல்
oonjal

tennis
டென்னிஸ்
tennis

trumpet
டிரம்பெற்
trampet

violin
வயலின் - பிடில்
vayalin - pidil

TRANSPORT AND COMMUNICATION

போக்குவரத்து மற்றும் தகவல் சாதனங்கள்

Poakkuvarathu Matrum Thahaval Saadhanangal

aeroplane
விமானம்
vimaanam

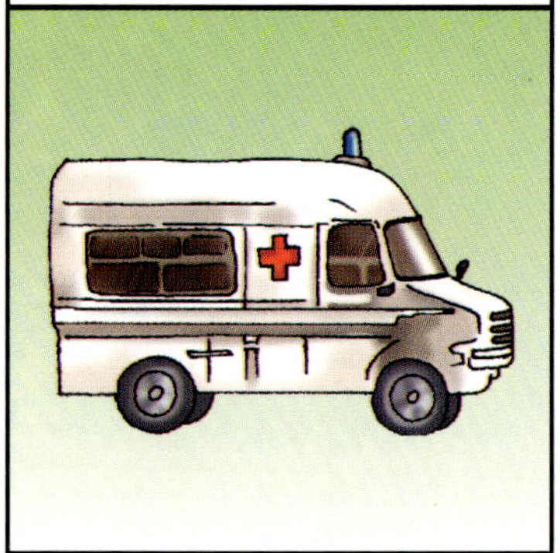

ambulance
அவசரகாலவண்டி
avasarakaalavandi

automobiles
வாகனங்கள்
vaahanangal

balloon
பலூன்
baloon

bicycle
சைக்கிள்
saikkil

boat
படகு
padahu

bus
பேருந்து
paerundhu

bullock cart
மாட்டுவண்டி
maattu vandi

bull-dozer
bulldozer
புல்டோசர்
buldoaser

cable car
தொங்கு ஊர்தி
thongu oordhi

car
கார்
kaar

caravan
மூடுவண்டி
moodu vandi

cart
கை வண்டி
kai vandi

chariot
தேர் வண்டி
thaer vandi

coach
சொகுசுபேருந்து
sohusu paerundhu

crane
பளுதூக்கி
balu thookki

double-decker bus
மேல்தட்டு பேருந்து
meealthattu paerundhu

engine (railway)
ரயில் இஞ்ஜின்
rayil injin

fax
தொலைநகல்
tholainahal

fire-engine
தீயணைப்பு வண்டி
theeyanaippu vandi

generator
மின்ஆக்கி
minaakki

motorcycle
மோட்டார் சைக்கிள்
moattaar saikkil

helicopter
வானுலங்கூர்தி
vaanulankoordhi

parachute
பாரசூட்
paarasoot

hover-craft
கப்பல்
kappal

petrol pumps
பெட்ரோல்நிலையம்
petrolnilaiyam

jeep
ஜீப்
jeep

post-card
அஞ்சலட்டை
anjalattai

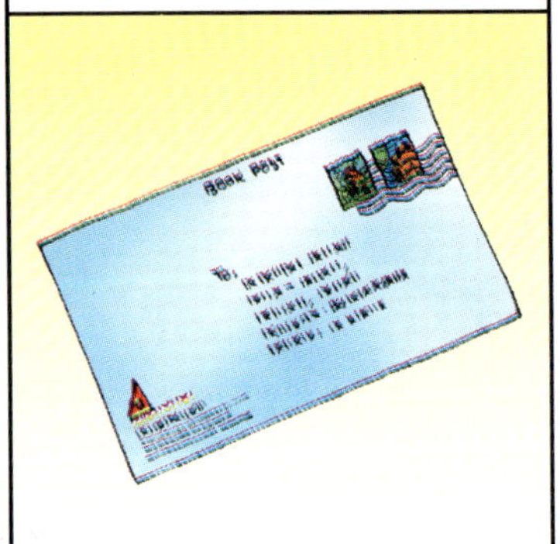

letter
கடிதம்
kaditham

radio
வானொலிப்பெட்டி
vaanolippetti

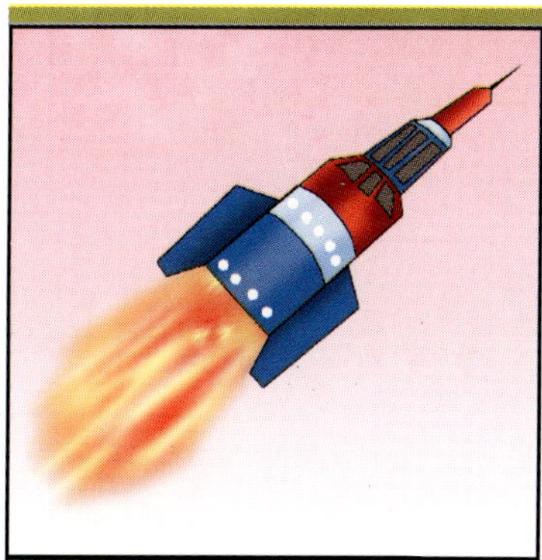

rocket
விண்கலம்
vinkalam

scooter
ஸ்கூட்டர்
skoottar

ship
கப்பல்
kappal

signal
சிக்னல்
signal

stamp
அஞ்சல்தலை
anjalthalai

submarine
நீர்மூழ்கிக்கப்பல்
neermolkikappal

tanker
டாங்கர்
taankar

taxi
வாடகைக்கார்
vaadahaikkaar

telephone
தொலைபேசி
tholaipaesi

television
தொலைக்காட்சி
tholaikkaatchi

typewriter
தட்டச்சுக்கருவி
thattachukkaruvi

tractor
டிராக்டர்
tiraaktar

train
புகையிரதவண்டி
pukaiyirathavandi

tricycle
முச்சக்கர
சைக்கிள்
muchakkara saikkil

tri-shaw
சைக்கிள்ரிக்ஷா
saikkil rikshaa

tram-car
ட்ராம் வண்டி
traam vandi

van
வேன்
vaen

vehicles
வாகனங்கள்
vahanangal

wheel
சக்கரம்
sakkaram

yacht
பாய்மரப்படகு
paaimarapadahu

UNIVERSE AND WEATHER

வானிலை, பிரபஞ்சம்

Vaanilai, Pirabanjam

atom
அணு
anu

autumn
இலையுதிர்காலம்
ilaiyuthir kaalam

avalanche
பனிப்பாறைச்சரிவு
panippaarai sarivu

blizzard
பனிப்புயல்
panippuyal

cloud
மேகம்
maeham

comet
வால்நட்சத்திரம்
vaal natchathiram

drought
வறட்சி
varatchi

earth
பூமி - புவி
boomi / puvi

earthquake
நிலநடுக்கம்
nilanadukkam

eclipse
கிரகணம்
girahanam

flood
வெள்ளம்
vellam

fog
மூடுபனி
moodupani

globe
உலக
உருண்டை
ulaha urundai

lightning
மின்னல்
minnal

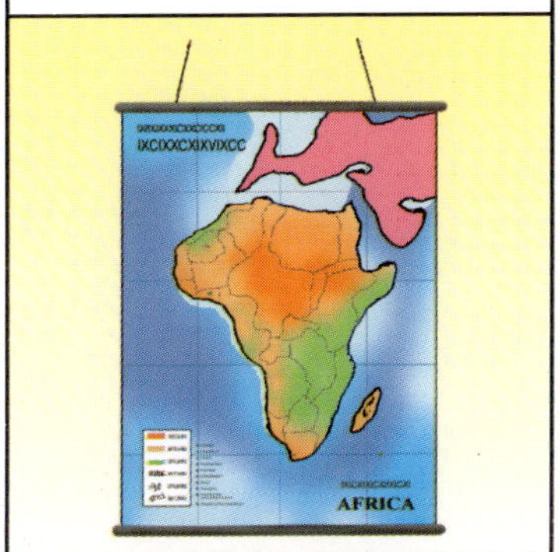

map
தேசப்படம்
thaesappadam

orbit
சுற்றுப்பாதை
sutruppaathai

rain
மழை
malai

satellite
செயற்கைக்கோள்
seyarkaikkoal

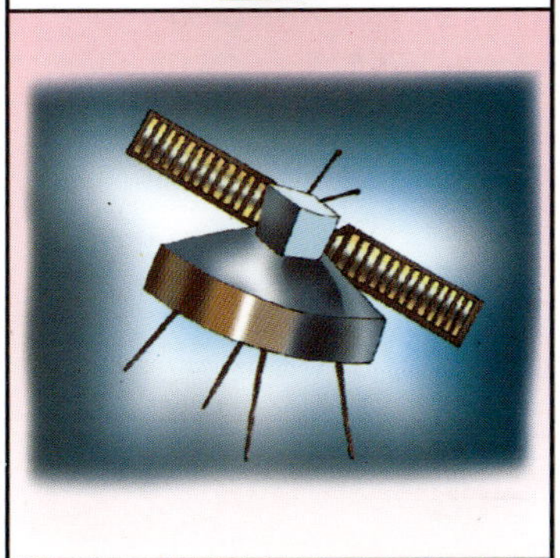

sky
வானம்
vaanam

snow
பனி
pani

space
விண்வெளி
vinveli

spring
வசந்தகாலம்
vasantha kaalam

storm
புயல்
puyal

summer
கோடை காலம்
koadai kalaam

sun
சூரியன்
sooriyan

thunder
இடி
idi

tornado
சூறைக்காற்று
sooraikkaatru

typhoon
கடும்புயல்
kadumpuyal

volcano
எரிமலை
erimalai

winter
குளிர்காலம்
kulirkaalam

OTHER USEFUL WORDS

இதர பயனுள்ள சொற்கள்

Idhara Payanulla Sorkal

album
படத்தொகுப்பு
padathohuppu

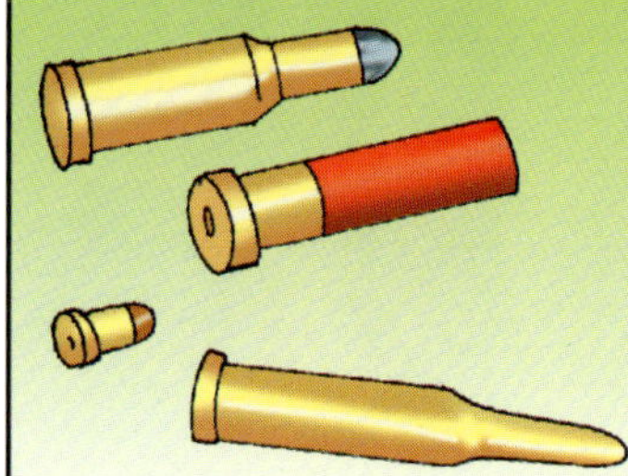

ammunition
வெடிமருந்து
vedimarundhu

axes
கோடரிகள்
koadarikal

badges
அணிப்பட்டைகள்
anippataikal

bags
பைகள்
paihal

barrel
பீப்பாய்
peeppaai

baskets
கூடைகள்
koodaihal

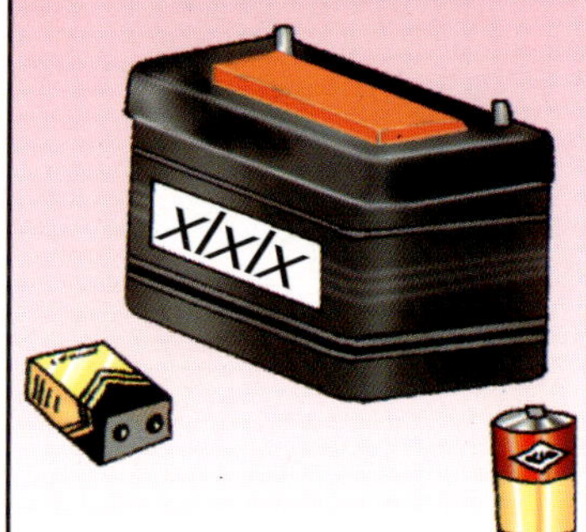

batteries
மின்கலம்
minkalam

bells
மணிகள்
manihal

book
புத்தகம்
puthaham

bottles
போத்தல்கள்
boathalkal

box
பெட்டி
petti

bricks
செங்கற்கள்
sengarkal

brushes
தூரிகை
thoorihai

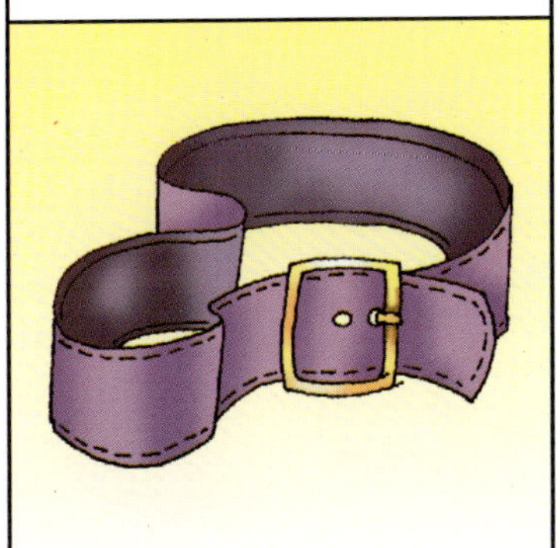

belt
வார் - பட்டி
vaar - patti

buttons
பொத்தான்கள்
pothaankal

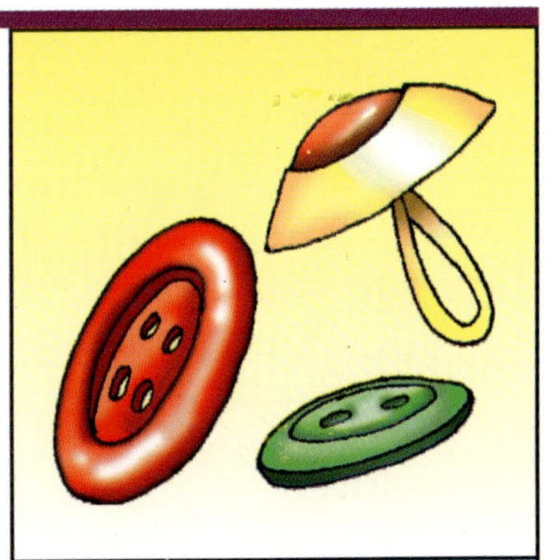

cable
மின்கம்பி
minkambi

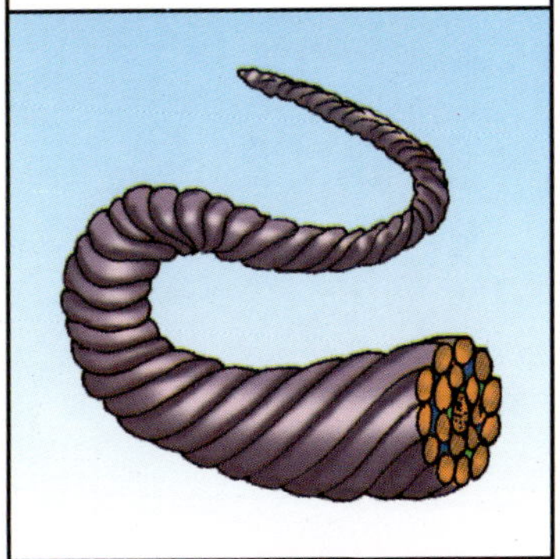

cage
கூண்டு
koondu

camera
புகைப்படக்கருவி
puhaippada karuvi

candle
மெழுகுவர்த்தி
meluguvarthi

playing cards
சீட்டு
seettu

chain
சங்கிலி
sangili

cheque
காசோலை
kaasoalai

clock
கடிகாரம்
gadihaaram

coal
கரி
kari

coins
நாணயங்கள்
naanayangal

combs
சீப்புகள்
seeppukal

computer
கணனி
kanani

cord
நூல்
nool

cushions
சொகுசு
இருக்கைகள்
sokusu irukkaikal

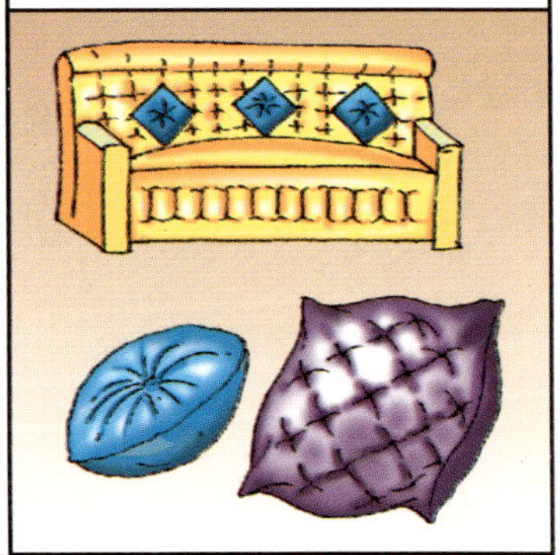

cylinder
உருளை
urulai

dagger
குத்துவாள்
kuthuvaal

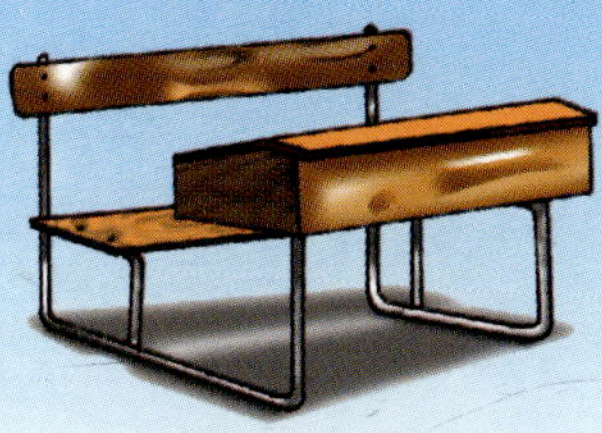

desk
எழுது மேசை
eludhumaesai

dish
தட்டு
thattu

drawer
லாச்சி
laachi

drugs
மருந்து
marundhu

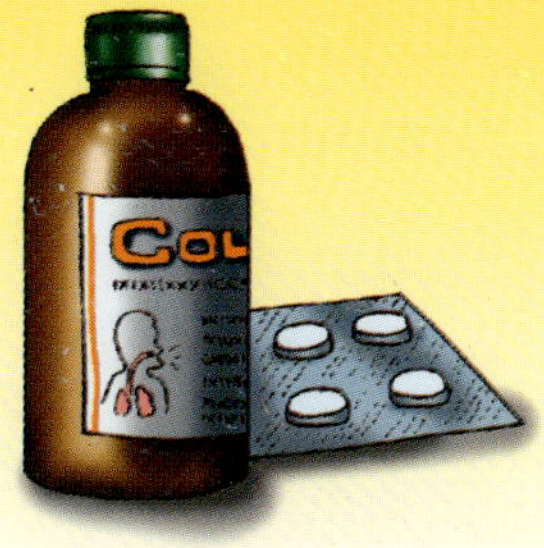

dustbin
குப்பைக்கூடை
kuppaikkoodai

envelopes
அஞ்சலுறை
anjalurai

eraser
அழிப்பான் -
அழிறப்பர்
alippaan - alirabbar

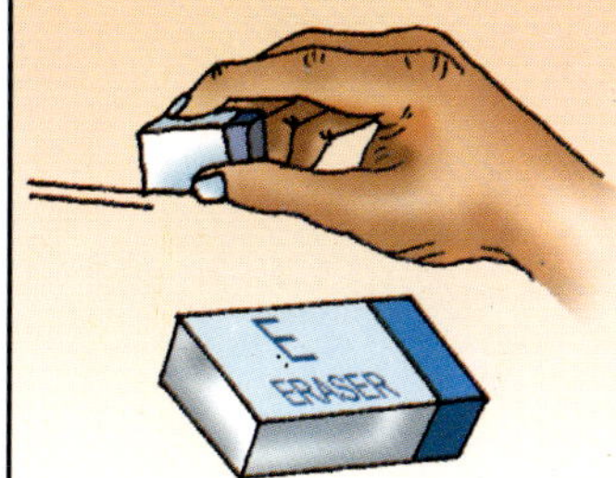

fans
விசிறிகள்
visirikal

fire
தீ
thee

flag
கொடி
kodi

fountain
நீரூற்று
neerootru

fur (coat)
ஃபர் (கோட்)
farkoat

garbage
குப்பை
kuppai

gift
பரிசு
parisu

glass
கண்ணாடி
kannaadi

gloves
கையுறை
kaiyurai

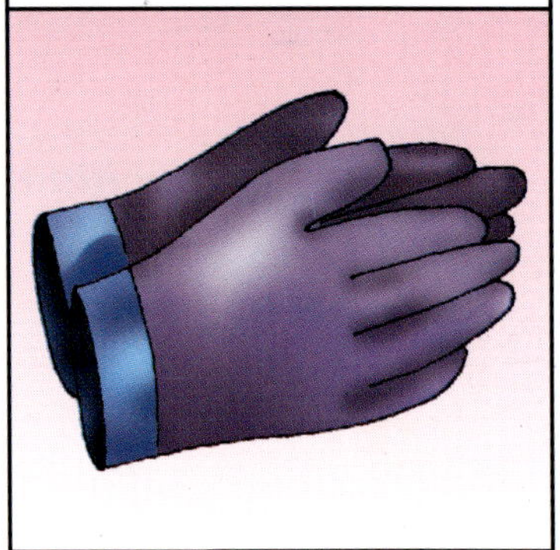

goblet
மதுக்கிண்ணம்
mathukkinnam

goggles
கண்ணாடி
kannaadi

gum/glue
பசை
pasai

guns
துப்பாக்கி
thuppaakki

hammer
சுத்தியல்
suthiyal

handkerchief
கைக்குட்டை
kaikkuttai

handles
கைப்பிடிகள்
kaippidikal

hats
தொப்பிகள்
thoppikal

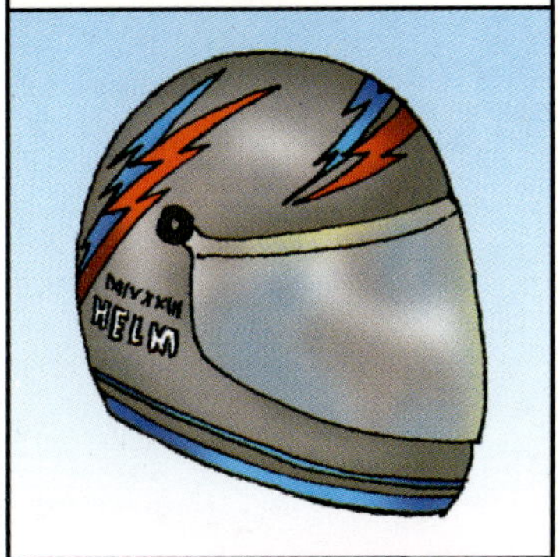

helmet
தலைக்கவசம்
thalaikavasam

ink
மை
mai

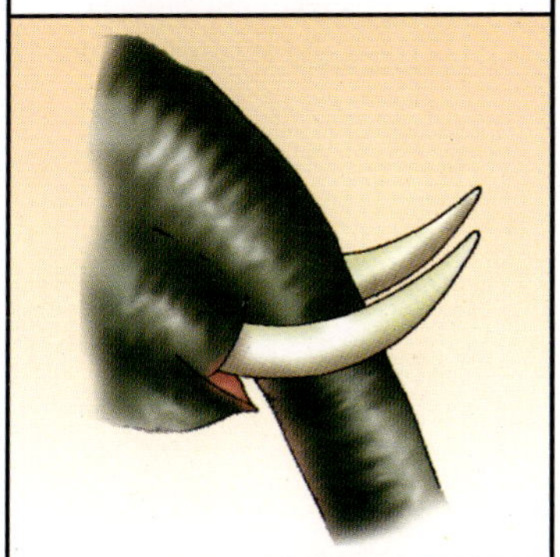

ivory
தந்தம்
thandham

jar
ஜாடி
jaadi

jug
கூஜா
kooja

kettle
கேத்தில்
kaethil

keys
சாவிகள்
savikal

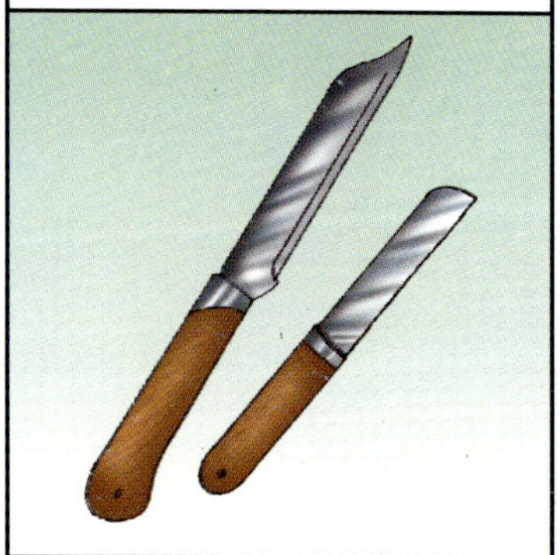

knives
கத்திகள்
kathikal

labels
விவரச்சீட்டு
vivara seettu

lace
லேஸ்
laes

ladder
ஏணி
aeni

leather
தோல்
thoal

lens
வில்லை
villai

letters
கடிதம்
kaditham

locks
பூட்டு
poottu

luggage
பயணப்பெட்டி
payanappetti

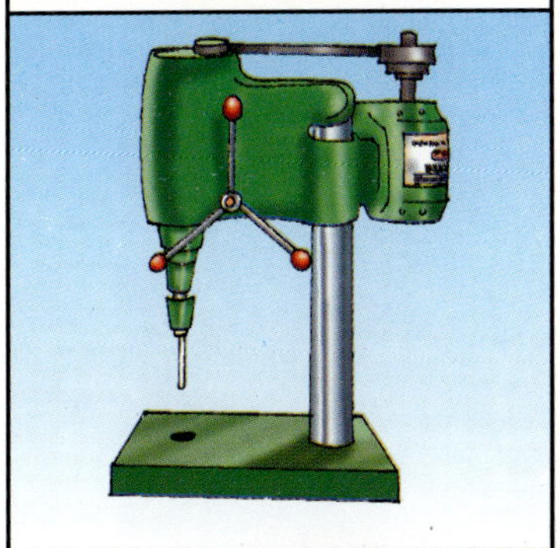

machine
இயந்திரம்
iyandhiram

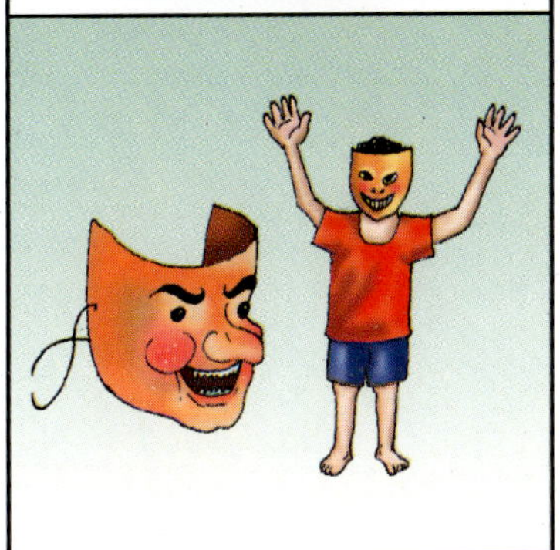

masks
முகமூடி
muhamoodi

metal
உலோகம்
uloaham

mirror
கண்ணாடி
kannaadi

money
பணம்
panam

mud
சேறு
saeru

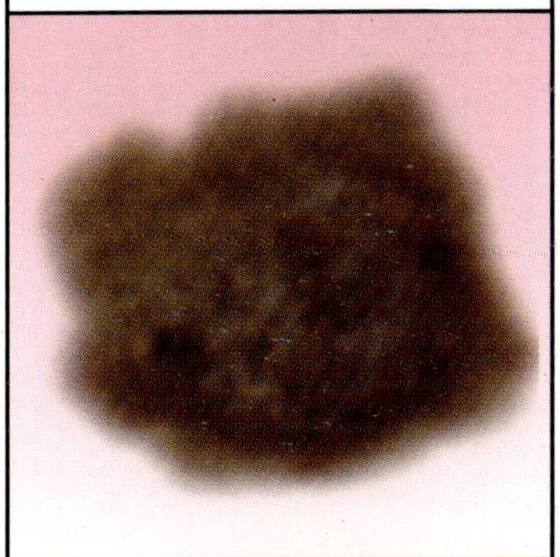

mug
குவளை
kuvalai

napkin
துடைப்புத்துணி
thudaippu thuni

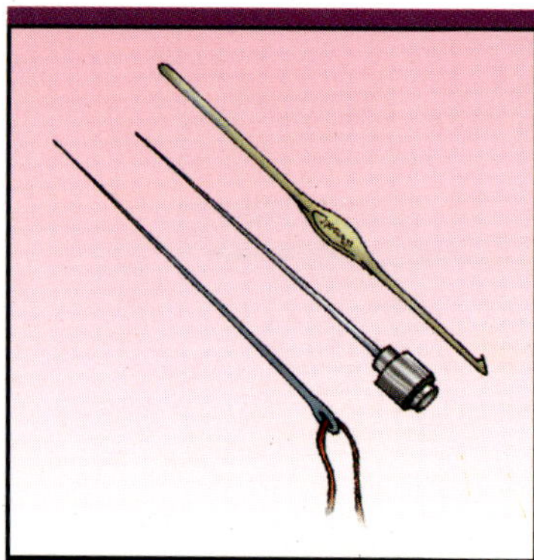

needles
ஊசிகள்
oosikal

nest
கூடு
koodu

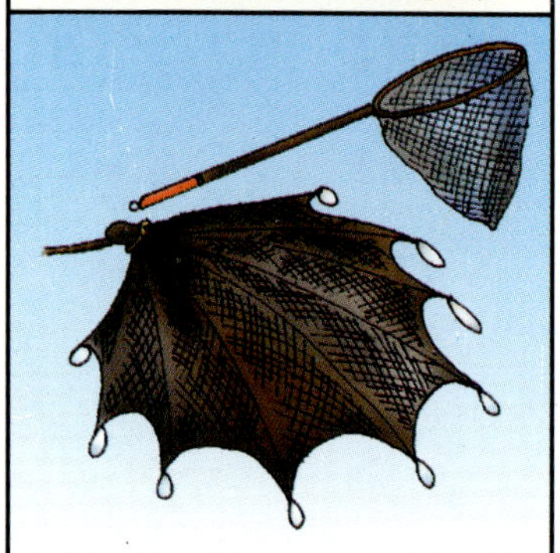

net
வலை
valai

newspaper
செய்தித்தாள்
seithithaal

oil
எண்ணெய்
ennei

paint
மைப்பூச்சு
maippoochu

parcel
பொதி
podhi

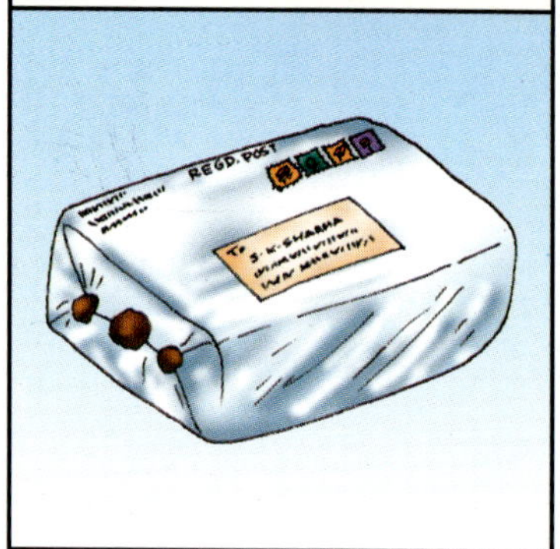

pedals
பெடல்கள்
pedalkal

pens
பேனாக்கள்
paenaakal

pencils
பென்சில்கள்
pensilkal

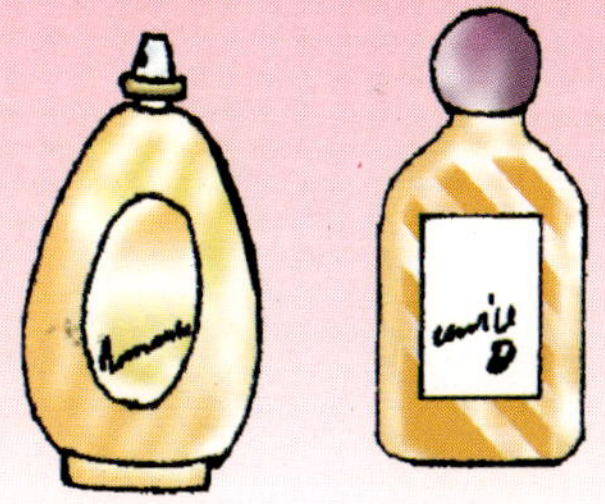

perfume
நறுமணத்தைலம்
narumana thailam

photograph
நிழற்படம்
nilarpadam

painting
ஓவியம்
oaviyam

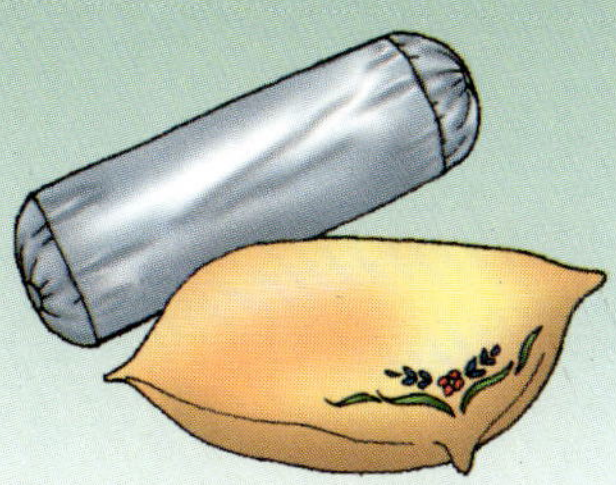

pillows
தலையணை
thalaiyanai

pistol
கைத்துப்பாக்கி
kaithuppaakki

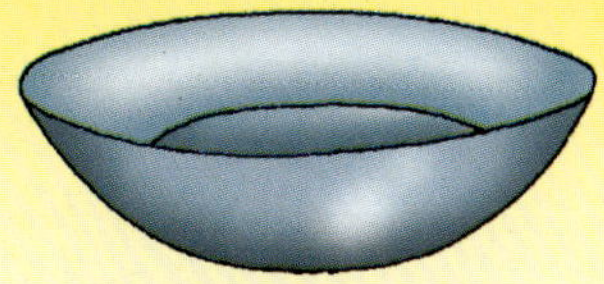

plate
தட்டு
thattu

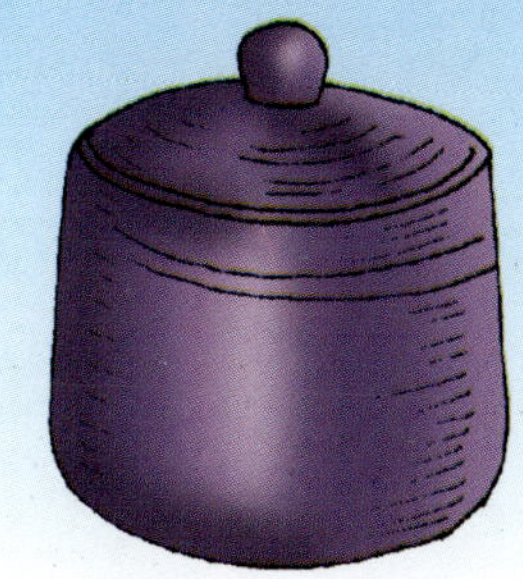

pot
பாத்திரம்
paathiram

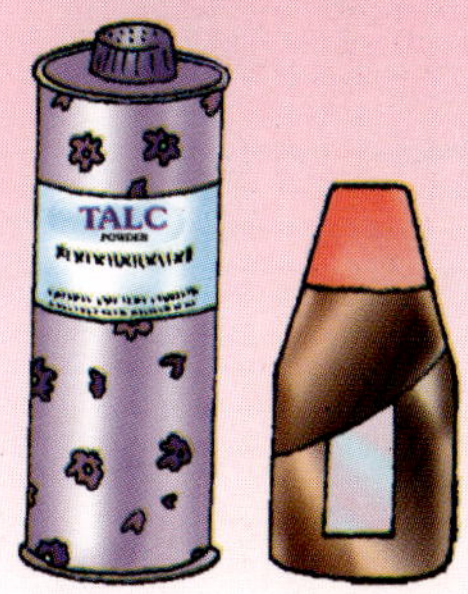

powder/ talcum
பவுடர்
powdar

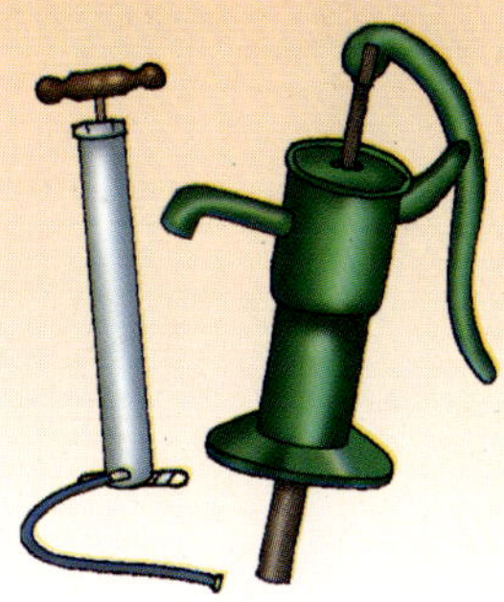

pumps
பம்(ப்)கள்
pampkal

purse
பணப்பை
panappai

quilt
பொதிமெத்தை
podhimethai

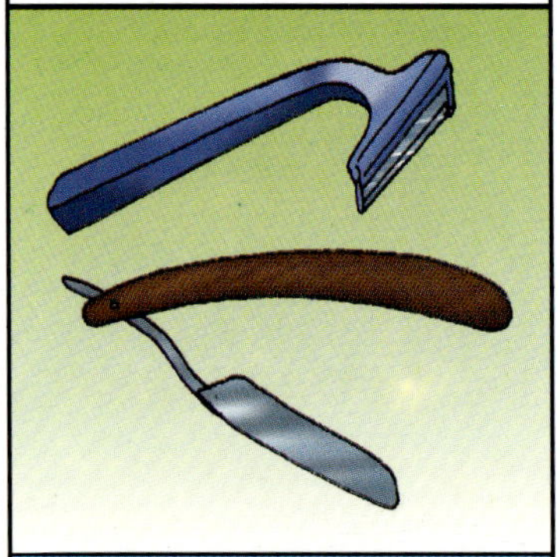

razors
மழிப்புக்கத்தி
malippukkathi

refrigerator
குளிர்பதனப்பெட்டி
kulirpathana petti

register
பதிவுப்புத்தகம்
padhivupputhaham

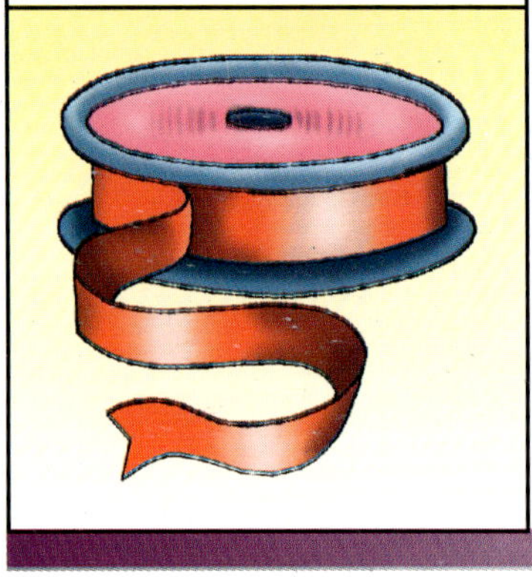

ribbon
நாடா – ரிப்பன்
naada - ribban

robot
இயந்திர மனிதன்
iyanthira manithan

roll
சுருள்
surul

rope
கயிறு
kayiru

sacks
சாக்குகள்
saakkukal

saw
ரம்பம்
rambam

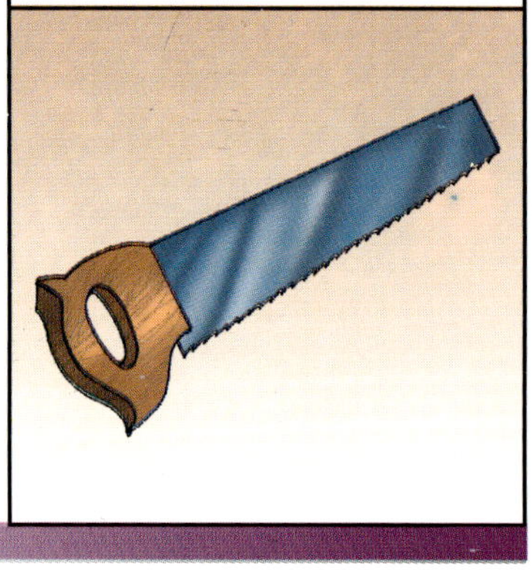

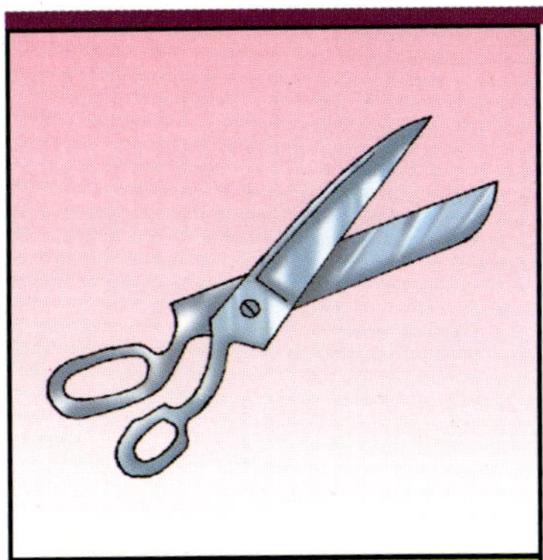

scissors
கத்திரிக்கோல்
katthirikkoal

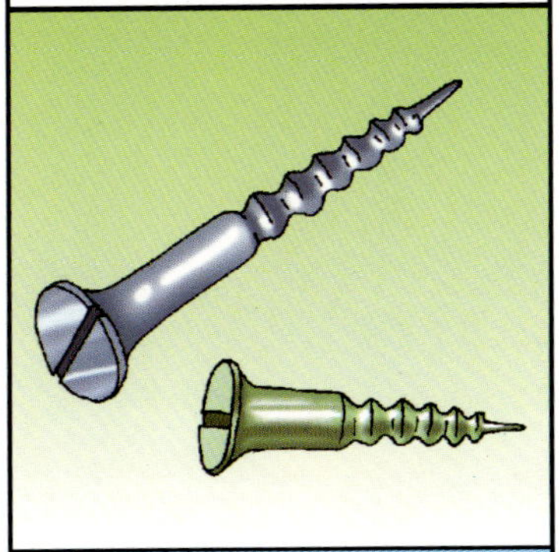

screws
திருகாணிகள்
thiruhaanikal

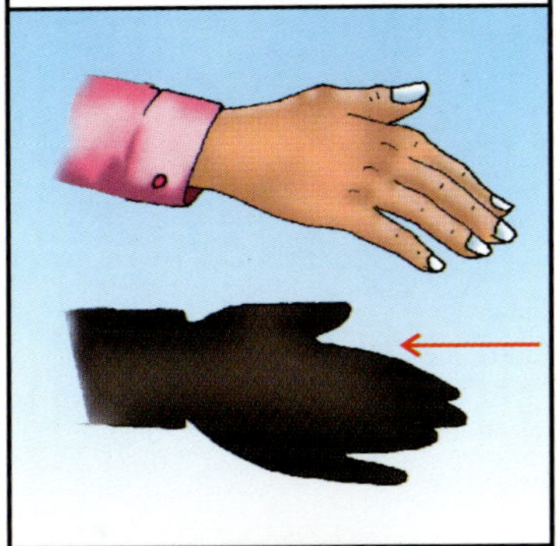

shadow
நிழல்
nilal

shampoo
ஷாம்பு
shaampu

shirt
சட்டை
sattai

shoes
சப்பாத்து
sappaathu

slate
சிலேட்டு
silaettu

soap
சோப்பு
soappu

spoons
கரண்டிகள்
karandikal

spray
தெளிப்பான்
thelippan

statue
சிலை
silai

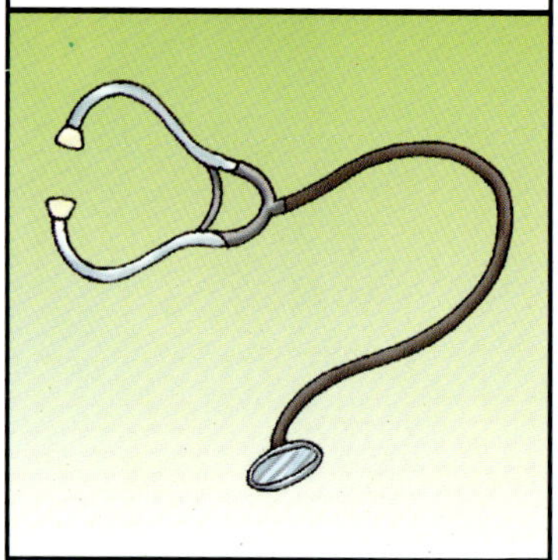

stethoscope
ஸ்டெதஸ்கோப்
stethaskoap

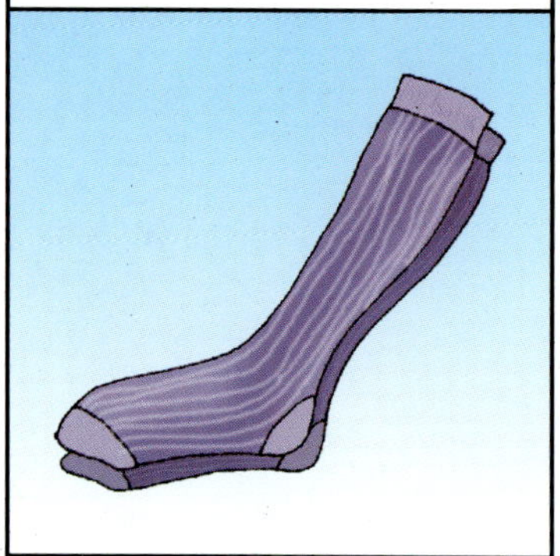

socks
காலுறை
kaalurai

teapot
தேனீர் கெட்டில்
thaeneer kettil

thread
நூல்
nool

tickets
டிக்கெட்கள் - சீட்டுகள்
tikketkal - seettukal

timber
மரத்துண்டு
marathundu

tins
தகரப்பெட்டிகள்
thaharappetti

tools
கருவிகள்
karuvihal

towels
துண்டுகள்
thundukal

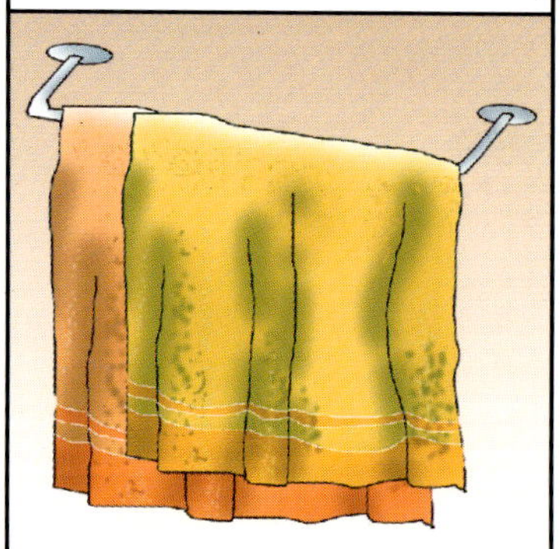

mouse-trap
எலிப்பொறி
elippori

tray
தட்டு
thattu

treasure
செல்வம்
selvam

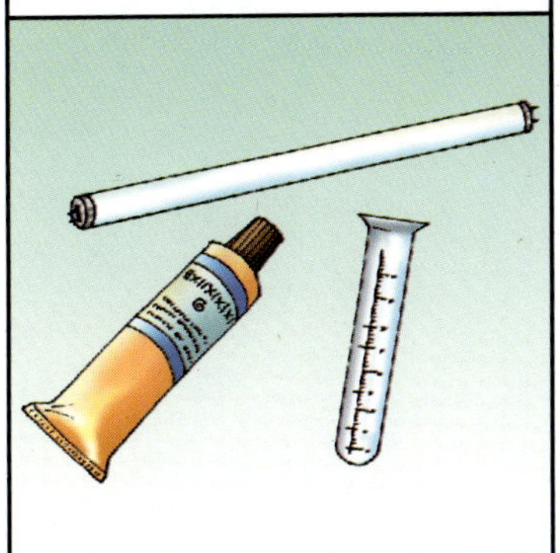

tubes
குழாய்
kulaai

turban
தலைப்பாகை
thalaippaahai

typewriter
தட்டச்சுக் கருவி
thattachu karuvi

umbrella
குடை
kudai

utensils
பாத்திரம்
paathiram

vaseline
தைலக்களிம்பு
thailakkalimbu

vault
பெட்டகம்
pettaham

video machine
வீடியோ கருவி
veediyoa karuvi

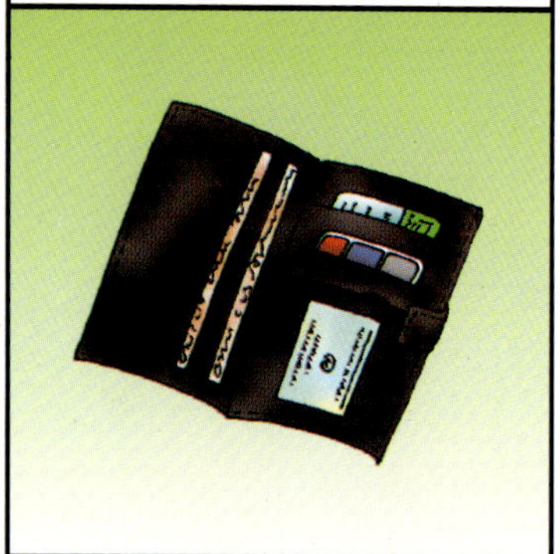

wallet
பணப்பை
panappai

washing-machine
துவைக்கும் கருவி
thuvaikkum karuvi

watch
கடிகாரம்
kadihaaram

weapons
ஆயுதங்கள்
aayudhangal

web
ஒட்டடை
ottadai

wings
இறகு
irahu

whistles
ஊதல்
oodhal

wool
கம்பளியிழை
kambaliyilai

zipper
ஜிப்
jip

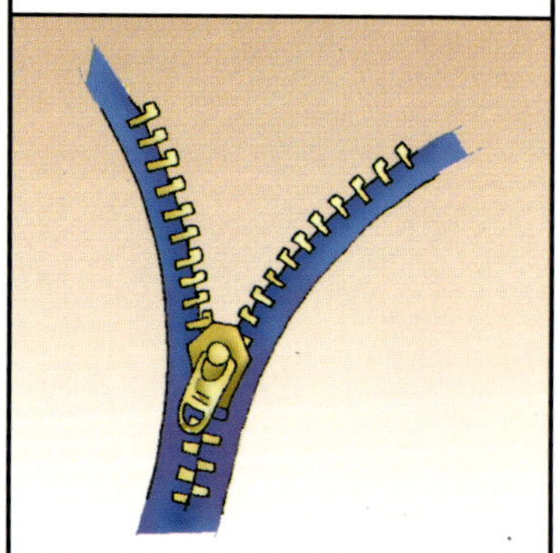